சத்திய சோதனை

இந்திரா பார்த்தசாரதி நூல்கள்

நாவல்

கால வெள்ளம்
அக்னி
ஆகாசத் தாமரை
தேவர் வருக
தந்திர பூமி
வெந்து தணிந்த காடுகள்
திரைகளுக்கு அப்பால்
தீவுகள்
மாயமான் வேட்டை
வேர்ப்பற்று
குருதிப்புனல்
சுதந்தர பூமி
உச்சி வெயில்
வேதபுரத்து வியாபாரிகள்
வேஷங்கள்
ஹெலிகாப்டர்கள் கீழே இறங்கிவிட்டன
கிருஷ்ணா கிருஷ்ணா

நாடகம்

இறுதி ஆட்டம்
கொங்கைத் தீ
பசி
இராமானுஜர்

ஆய்வு - கட்டுரை

தமிழ் இலக்கியங்களில் வைணவம்
என்றுமுள தமிழும் இன்று உள்ள தமிழும்

சத்திய சோதனை

இந்திரா பார்த்தசாரதி

கிழக்கு

சத்திய சோதனை
Sathya Sodhanai *(A Novel)*
by *Indira Parthasarathy* ©

Kizhakku First Edition: August 2006
Previous Editions: 1989, 2002
136 Pages

ISBN 978-81-8368-162-9
Title No. Kizhakku 132

Kizhakku Pathippagam
177/103, First Floor,
Ambal's Building, Lloyds Road,
Royapettah, Chennai 600 014.
Ph: +91-44-4200-9603

Email : support@nhm.in
Website : www.nhm.in

Author's Email: nadaadur2k@yahoo.com

Kizhakku Pathippagam is an imprint of New Horizon Media Private Limited

அரசியல்லே
நல்லது கெட்டதுன்னு
எதுவும் கிடையாது.
எதைப்பத்தியும்
உனக்குச் சொந்த
அபிப்பிராயம்
இருக்கக் கூடாது.
நீ
என்னோட நிழல்.
நிழல் - ஊமை,
பேசாது. புரிஞ்சுதா?

1

பிற்பகல் நேரம். மணி 3.50. இன்னும் பத்து நிமிஷங்கள் இருந்தன.

அவனை நாலு மணிக்கு வரச் சொல்லியிருந் தார் பிரும்மநாயகம்.

பெரிய மனிதர்களைக் குறித்த நேரத்தில்தான் பார்க்க வேண்டும். இது, அனுபவம் அவ னுக்குக் கற்றுக்கொடுத்த பாடம். முன்பு ஒரு தடவை ஒரு சட்டசபை அங்கத்தினரை, அவர் சொன்ன நேரத்துக்கு அரை மணிக்கு முன்பே அவன் பார்க்கப் போய்விட்டான். அவன் துரதிர்ஷ்டம், அவரே கதவைத் திறந்து விட் டார். துரதிர்ஷ்டம், அவர் கதவைத் திறந்ததில் இல்லை. அவர் அப்பொழுது தம் விக்கையும் பல்ஸெட்டையும் கழற்றி வைத்திருந்தார்.

அவனுக்கு வேலை கிடைக்கவில்லை. வேலை விஷயமாகத்தான் அவன் அவரைப் பார்க்கப் போயிருந்தான்.

நாலா புறமும் பரந்து கிடந்த பசுமையின் நடுவே, பிரும்ம நாயகத்தின் வீடு இருந்தது. வெளிப் பார்வைக்கு அடக்கமாகத் தெரிந்தா லும், உள்ளே விசாலமாக இருக்க வேண்டும்

என்று தோன்றியது. வீட்டைச் சுற்றிலும் செடிகள், கொடிகள், மரங்கள். அங்குமிங்கும் தெரிந்த இடைவெளியிலும் வீட்டுக்குள் என்னதான் நடக்கிறது பார்ப்போமே என்று ஒரு பயந்த சூரியனால் அனுப்பப்பட்ட, தயங்கிய வேவுக் கதிர்கள்.

பயம் நியாயமானதுதான். பிரும்மநாயகம் ஓர் அரசியல்வாதி. வருமானவரி அதிகாரிகள் கூடப் புக அஞ்சிய வீட்டில், எத்தனையோ லட்சம் மைல்களுக்கு அப்பாலிருந்த சூரியன் எட்டிப்பார்க்கப் பயந்தது ஆச்சரியமில்லை.

வாசுவுக்கு, ஒரு காலத்தில் இலக்கிய உலகை ஒரு கலக்குக் கலக்கிப் பார்க்க வேண்டுமென்ற ஆசை இருந்தது. ஆனால், அவனைக் கண்டு பயந்த இலக்கிய உலகம் எச்சரிக்கையுடன் நடந்து கொண்டது. அவன் உள்ளே புகுவதற்கு வாய்ப்பே தர வில்லை. அவன் கனவுகள் கட்டுக்கட்டாக அவன் வீட்டு அலமாரியில் அடைக்கலம் புகுந்தன.

அப்பொழுதுதான் அவன் நலனில் அக்கறை கொண்ட சபேசன் அந்த யோசனையைச் சொன்னார். பிரபல அரசியல்வாதி பிரும்ம நாயகம் தன் சுயசரிதையை எழுத விரும்புகிறார். அவன் ஏன் அதை எழுதித்தரக் கூடாது?

'கோஸ்ட் - ரைட்டிங்கா? இது எப்படி என் இலக்கியப் பசியைத் தணிக்கும்?' என்று சீறினான் வாசு.

'உன் இலக்கியப் பசியைத் தணிக்காவிட்டாலும், வயித்துப் பசியைத் தணிக்கும். அவரைப் போய்ப்பாரு. நான் அவர்கிட்டே சொல்றேன். ஒரு நல்ல பையனா பாத்து அனுப்பும்படி என் கிட்டே சொன்னாரு. புத்திசாலிப் பையனாயிருந்தா, பொழைக் கிற வழியைத் தேடு!' என்றார் சபேசன்.

இரண்டு இரவுகள் தீவிர சிந்தனையினால் தூக்கமில்லாமலும், அன்றாடப் பிரச்னையினால் வயிற்றுக்கொன்றுமில்லாமலும் கழிந்த பிறகு, வாசு இந்த ஏற்பாட்டுக்கு இசைந்தான்.

பிரும்மநாயகம் அவனை இன்று நாலு மணிக்கு வரச்சொல்லி இருக்கிறார்.

'என்னய்யா வேணும்?'

வாசு திடுக்கிட்டு நின்றான். குரல் கேட்டது. உருவம் தெரிய வில்லை.

செடி கொடிகளின் நடுவிலிருந்து அது முளைத்தது, கையில் கத்திரிக்கோலுடன்.

ஆறடி உயரத்துக்கு கரிய திருமேனி. செடி கொடிகளோடு மட்டுமல்லாமல், தன் மீசையையும் அவ்வுருவம் கத்திரித்து, ஒரு வடிவத்தில் வைத்திருக்கலாமென்று வாசுவுக்குத் தோன்றியது. கட்டுக்கடங்காமல், அம்மீசை முகம் முழுவதையும் ஆக்ரமித்து ஆக்ரோஷமாய் நின்றது.

'என் பேர் வாசு. மிஸ்டர் பிரும்மநாயம்!'

'டாக்டர்!'

'டாக்டரில்லே, வெறும் வாசுதான்!'

'உன்னை யார்யா சொன்னாங்க? டாக்டர் பிரும்மநாயகம்னு சொல்லு!'

மைகாட்! பிரும்மநாயகத்துக்கு கௌரவ டாக்டர் பட்டம் கிடைத் திருக்கிறது போலிருக்கிறது. அது ஏன் எனக்குத் தெரியாமல் போய்விட்டது?

'ஹூம், சொல்லு. ஐயாவைப் பாக்கணுமா?'

'ஆமாம். என்னை நாலு மணிக்கு வரச் சொன்னாரு.'

'பேர் என்ன சொன்னே?'

'வாசு.'

'இங்கேயே நில்லு. கேட்டுக்கிட்டு வரேன்.' அந்த ஆள் தோட்டக் காரனாக இருக்க வேண்டும். தன்னைக் கொஞ்சம் மரியாதை யுடன் நடத்தியிருக்கலாமென்று வாசுவுக்குத் தோன்றியது.

பிரும்மநாயகத்தின் சுயசரிதையை எழுதுவதனால் அவனுக்கு டாக்டர் பட்டம் கிடைக்க வழி இருக்கிறதா? 'டாக்டர் வாசு தேவன்!' தானும் ஒரு டாக்டராக இருந்திருந்தால், இவன் தன்னைக் காம்பௌவுன்ட் கேட் அருகேயே காத்திருக்கும்படி சொல்லியிருக்க மாட்டான். வீட்டு வாசற்படியருகே நிற்கும்படி சொல்லியிருக்கக் கூடும்.

பின்னணிப் பாடகர்களுக்குப் பரிசு வழங்குகிறார்கள். கோஸ்ட் - ரைட்டர்களுக்கு ஏன் டாக்டர் பட்டம் தரக் கூடாது?

'உள்ளே வாங்க!'

திடீரென்று தன் தகுதி உயர்ந்து விட்டதை, தோட்டக்காரன் குரலில் தெரிந்த பணிவினின்றும் வாசுவால் உணர முடிந்தது.

அவன் உள்ளே நுழைந்தான்.

அவன் நினைத்தது போல் வீடு - வெளியிலிருந்து பார்க்கும் போதுதான், அடக்கமாகத் தெரிந்தது.

விசாலமான ஹால். உள்ளே நுழைந்ததும் வருகின்றவர்களை வரவேற்பது போல், எதிர்ச்சுவரில் ஆளுயரத்துக்கு பிரும்ம நாயகத்தின் கட்சி நிறுவகரின் புகைப்படம்; அதை அலங்கரித்த ஜரிகை மாலை.

பிரும்மநாயகத்தை அவன் பத்திரிகைப் புகைப்படங்களில் பார்த்திருக்கிறான். சோபாவில் உட்கார்ந்திருந்தவர் பிரும்ம நாயகமாகத்தான் இருக்க வேண்டும். நடுத்தர உயரத்துக்குச் சற்றுக் கம்மி. ஒரு காலத்தில் அடர்த்தியாக இருந்திருக்கக் கூடிய தலைமயிர் இப்பொழுது சற்றுத் தளர்ந்து, நேர்த்தியாக விழப் போகிற வழுக்கையை, முன்கூட்டி அறிவித்தது. உபசாரத்துக் காக மூக்கின் அடியில் ஒட்டிக்கொண்டிருந்த சின்ன மீசை. மாநிறம், கழுத்தில் சங்கிலி, பட்டு ஜிப்பா, வெள்ளை வெளே ரென்ற எட்டு முழ வேட்டி.

அவன் போய் நின்றதும், அவர் உடனே அவனைக் கவனிக்க வில்லை. அவர் கையில் வைத்திருந்த சில காகிதங்களில் கையெழுத்துப் போட்டுக் கொண்டிருந்தார். மெல்லிய தங்க ஃபிரேம் போட்ட கண்ணாடி.

அவன் சுற்றுமுற்றும் பார்த்தான். அந்தப் பெரிய ஹாலில் அவனையும் அவரையும் தவிர வேறு யாருமில்லை. அவன் வந்திருப்பதை அவர் உணர்ந்திருக்க வேண்டும். இருந்தாலும், அவர் அவனை ஏறிட்டு நோக்கவில்லை.

அவன் சிறிது நேரம் அப்படியே நின்றான். அப்பொழுது நிலவிய மௌனம், ஒரு பெருஞ்சுமையாய் அவனை அழுத்துவது போலிருந்தது.

கட்சி நிறுவகர், புகைப்படத்திலிருந்து அவனைப் பார்த்துப் புன்னகை செய்தார்.

‘உட்காரு தம்பி, இதோ வந்துட்டேன்.’

இதை அவர் அவனைப் பார்க்காமலேயே, தன் கையிலிருந்த காகிதங்களில், சில திருத்தங்களைச் செய்துகொண்டே கூறினார்.

வாசு உட்கார்ந்தான்.

ஹாலின் மத்தியில் இரத்தினக் கம்பளம். உத்திரத்தில் சான்ட்லியர் விளக்கு. இரவு நேரங்களில், அதன் ஒளியில் குளித்து ஹால் எவ்வளவு ரம்மியமாக இருக்குமென்று கற்பனை செய்து பார்த்தான்.

அவர் காகிதங்களையெல்லாம் அழுத்தி, தம்மருகில் வைத்துக் கொண்டார். அவர் முகம் சிந்தனையில் ஆழ்ந்திருந்தது. அவன் அங்கு உட்கார்ந்திருப்பது அவர் மனத்தில் உறைக்கவேயில்லை என்று அவனுக்குத் தோன்றியது.

இவருக்கு எத்தனை வயதிருக்கும்? அரசியலில் இவர் பெயர் அடிபடும் நாள்களை வைத்துக் கணக்கிட்டால் நிச்சயம் அறுபது இருக்கலாம். ஆனால் பார்த்தால், நாற்பத்தைந்துக்கு மேல் சொல்ல முடியாது.

அரசியல்வாதியின் மூலம் - நதி மூலம், ரிஷி மூலம் மாதிரிதான். இவர் ஆரம்பத்தில் திரைப்படக் கொட்டகையில் டிக்கெட் விற்றுக் கொண்டிருந்தாரென்றும், ஒரு ஸ்டூடியோவில் எடுபிடி ஆளாயிருந்தாரென்றும், பலவிதமான வதந்திகள். அரசியலில் எது செய்தாலும், அது நியாயம்தான் என்ற தத்துவத்தை நன்கு புரிந்துகொண்டவர் என்பதே இவர் வெற்றிக்குக் காரணம்.

இவர் சுயசரிதை மிகவும் சுவாரசியமாகத்தான் இருக்கும்! ஆனால், எல்லா உண்மைகளையும் சொல்லிவிடுவது இவருக்கு எந்த விதத்தில் அநுகூலமாயிருக்கும்?

இவர் முகத்தினின்றும் இவர் எப்பேர்ப்பட்டவரென்று ஊகிக்க முடியவேயில்லை. வரையறுத்துச் சொல்லிவிட முடியாத அளவுக்கு, எந்தவிதமான உணர்ச்சியையும் தெரிவிக்காத ஒரு முக மூடி தரித்திருந்தார். சலனமற்ற கண்கள்.

‘உம் பேரு என்ன சொன்னே?’

‘வாசு.’

'முழுப் பேரு?'

'எம்.ஆர். வாசுதேவன்.'

'எம்.னா என்ன, ஆர்.னா என்ன?'

'மன்னார்குடி ராஜகோபாலன் வாசுதேவன்.'

'உங்கப்பா தன்னை ராஜகோபாலன்னுதான் சொல்லிக்கிட்டாரா? வால் ஒண்ணும் கிடையாதா?'

'வாலா?'

'ஐயர், ஐய்யங்கார்... மன்னார்குடி ராஜகோபாலன்னா, ஐயங்கார்! அப்படித்தானே?'

'எனக்கு இதிலெல்லாம் நம்பிக்கை கிடையாதுங்க.'

'உனக்கில்லே, உங்கப்பாவுக்கு?'

'அவருக்கும் கிடையாதுங்க.'

'சாதியிலே இப்ப யாருக்கு நம்பிக்கை இருக்குது? அது வேற விஷயம். ஆனா சோஷியாலஜி படிச்சவங்க சாதியைப் பத்தி இப்ப ஆராய்ச்சி செய்யறாங்க. எதுக்காக? இன்ன சாதியிலே பொறந்தவங்களுக்கு இன்ன வகையா, பரம்பரையா இன்னின்ன குணம் இருந்துக்கிட்டு வர்றதுங்கிறதைப் புரிஞ்சுக்க இல்லையா? நாடாரைப் பத்திக்கூட ஆராய்ச்சி செஞ்சு, வெளி நாட்டுக்காரன் ஒருத்தன் ஒரு புத்தகம் எழுதியிருக்கானில்லே? நான் என்ன சாதி தெரியுமா?'

வாசு பேசாமலிருந்தான்.

'படையாச்சி. அந்தக் காலத்திலே சைன்யத்துக்குத் தலைமை தாங்கின குடும்பம். இப்ப எனக்கு என்ன சைன்யமிருக்கு?'

'இப்பவும் உங்க பேச்சைத் தட்ட யாரிருக்காங்க? நாடே உங்க சைன்யந்தானே?'

பிரும்மநாயகம் புன்னகை செய்தார். அவன் சொன்னதை ஆமோதிக்கும் புன்னகையாக அது தெரியவில்லை. 'தம்பி உன் மாதிரி ஆள்கள் எத்தனை பேரை நான் பார்த்திருக்கிறேன்' என்று அறிவிக்கும் புன்னகை.

திடீரென்று புன்னகையைத் துடைத்தெறிந்துவிட்டு, கண்களை நிர்ச்சலனமாக்கி, உத்தரத்தைப் பார்த்தவாறு மோவாயை இடது கையினால் தடவிக் கொண்டார்.

'நீ என்ன படிச்சிருக்கே?'

'எம்.ஏ.'

'சப்ஜெக்ட்?'

'இங்கிலீஷ்.'

'தமிழ் நல்லா எழுதுவேன்னு சபேசன் சொன்னாரு?'

'தமிழ்லேயும் நல்லா எழுதுவேன்.'

மறுபடியும் புன்னகை. புத்திசாலித்தனமான பதில் என்று ஆமோதிக்கும் புன்னகை.

'எதிலே எழுதியிருக்கே?'

அவன் வேதனையைக் கிளறும் கேள்வி.

'எந்தப் பத்திரிகையிலும் நான் எழுதறதைத் தாங்கிக்க முடிய லீங்க. ஆனா, என் ஆத்ம திருப்திக்காக எழுதிக்கிட்டே இருப்பேன்.'

'எதுவும் பிரசுரமாகலே, அதுதானே அர்த்தம்?'

'ஆமாங்க!' வாசு மனக் கஷ்டத்துடன் ஒப்புக்கொண்டான்.

'ஏன் வேலைக்குப் போகலியா?'

'கிடைக்கலீங்க.'

'வாத்தியார் வேலை கூடவா?'

'எந்த வேலையா இருந்தாலும், பணம் கொடுத்தாக வேண்டி யிருக்குதே?'

சொன்ன பிறகுதான் இதைச் சொல்லியிருக்க வேண்டாமென்று அவனுக்குத் தோன்றியது.

பிரும்மநாயகத்தின் மௌனம் அவனைச் சற்று சங்கடத்துக் குள்ளாக்கியது.

'அப்படியா, பணம் கொடுத்தால்தான் காரியம் ஆவுதா? காபி குடிக்கறயா?'

'வேணாங்க. குடிச்சிட்டுத்தான் கிளம்பினேன்.'

'பரவாயில்லே குடி!' அவர் சோபாவின் ஓரத்தில் நகர்ந்து, அருகில் ஸ்டூல் மேலிருந்த இண்டர்காமில் 'காபி கொண் டாப்பா!' என்று சொன்னார்.

'இங்கே உங்கப்பா அம்மாவோட இருக்கியா?'

'இல்லீங்க. தனியாத்தானிருக்கேன், அப்பா அம்மா ஊர்ல இருக்காங்க.'

'வேலை ஒண்ணுமில்லாம எப்படிக் கட்டுப்படியாவுது? ஊர்லேர்ந்து பணம் வருதா?'

'இல்லீங்க, கொஞ்சம் ட்யூஷன்லே வருது. அப்புறம் அப்பப்போ ட்ரான்ஸ்லேசன் வேலை வரும். ஏதோ மேனேஜ் பண்ணிக் கிட்டிருக்கிறேன்.'

'உங்கப்பா வாத்தியாரா இருந்தாரா?'

சபேசன் சொல்லியிருக்க வேண்டும். அவர் அவனுடைய அப்பா விடம் படித்தவர். அவர் தன்னைப் பற்றிய எல்லா விவரங் களையும் சொல்லியிருக்கிறாரென்று தெரிகிறது. தெரிந்தும் தன்னைக் கேள்வி கேட்பதெல்லாம் தன்னை ஆழம் பார்க்கத்தான் என்று அவன் உணர்ந்து கொண்டான். இவரிடம் மிகவும் எச்சரிக்கையோடு இருக்க வேண்டும்.

'ஆமாங்க.'

காபி வந்தது. அவனுக்கு மட்டும்.

'நீங்க காபி குடிக்கிறதில்லையா?'

'நீ ரூமைக் காலி பண்ணிட்டு இங்கு வந்துடு. நேரம் கிடைக்கிற போதெல்லாம் நாம ஒண்ணா உக்காந்துக்கிட்டு இந்தக் காரியத்தைக் கவனிக்கணும். புரிஞ்சுதா? எனக்கு எப்ப நேரம் கிடைக்கும்னு சொல்ல முடியாது. உன்னை செகரெட்ரியா வச்சுக்கலாம்னு நினைக்கிறேன். உனக்கு டைப்பிங் தெரியுமா?'

'தெரியும்!'

'நல்லது. நான் கொடுக்கிற வேலையெல்லாம் நீ பொறுப்பா, ஒழுங்கா செய்யணும்! புரிஞ்சுதா?'

'சுயசரிதை...'

'அதான் சொன்னேனே. அதை நேரம் கிடைக்கிறப்போதான் செய்யணும்னு. இன்னொரு விஷயம் - இந்த சுயசரிதை விவகாரம் மத்தவங்களுக்குத் தெரிய வேணாம். சபேசனுக்கு மட்டுந்தான் தெரியும். அவர் யார்கிட்டேயும் சொல்ல மாட்டாரு. நீ செய்யற வேலை எனக்குப் பிடிச்சிருந்தா, நான் எந்த அளவுக்கு உனக்கு உதவி செய்ய முடியும்னு உன்னாலேயே எதிர்பார்க்க முடியாது. ஆனா எனக்கு விரோதமா நீ நடந்துக்கிறேன்னு தெரிஞ்சுது, நான் உன்னைச் சும்மா விடமாட்டேன். அரசியல்லே நல்லது கெட்டதுன்னு எதுவும் கிடையாது. எதைப்பத்தியும் உனக்குச் சொந்த அபிப்பிராயம் இருக்கக் கூடாது. நீ என்னோட நிழல். நிழல் - ஊமை, பேசாது. புரிஞ்சுதா? நான் காபி குடிக்கிற வழக்கமில்லே!'

வாசு காபியைக் குடித்துவிட்டுத் தம்ளரைக் கீழே வைத்தான். தன்னை அவருக்கு விற்று விடும்படி கேட்கிறார் பிரும்மநாயகம். இதுவரை அவருக்கு அந்தரங்கச் செயலாளர் யாருமே இல்லையா? இவ்வளவு பெரிய அரசியல் புள்ளி! இல்லாமல் எப்படி இருந்திருக்க முடியும்?

'உங்களுக்கு... இப்ப செகரெட்ரி?'

'இருந்தான் ஒருத்தன். வம்பு பண்ணிக்கிட்டிருக்கான்னு தெரிஞ்சுது. கம்பி எண்ண வச்சுட்டேன். சரி, அவனைப்பத்தி இப்ப என்ன பேச்சு? நீ ரெண்டு நாள்லே உன் காரியத்தை செட்டில் பண்ணிட்டு வந்து சேரு, புரிஞ்சுதா? சம்பளம் ரெண்டாயிரம் தரேன். சுயசரிதைக்கு மொத்தப் பணமா அப்புறம் தரேன். எத்தனைன்னு கேக்காதே. கேட்டா எனக்குப் பிடிக்காது. இன்னிக்கு என்ன கிழமை? வியாழன். ஞாயித்துக்கிழமை காலையிலே பெட்டி படுக்கையோட வந்து சேரு. சாவி வேணுமில்லே? தர்றேன், வாங்கிட்டுப் போ.'

அவர் இண்டர்காமில் பேசினார்: 'கலியனை அவுட்ஹவுஸ் சாவியை எடுத்துக்கிட்டு வரச் சொல்லு.'

'இதப்பத்தி யோசிக்க, கொஞ்சம் டயம் தர்றீங்களா?'

பிரும்மநாயகம், மறுபடியும் பக்கத்திலிருந்த காகிதங்களை எடுத்துப் பார்த்துக்கொண்டிருந்தார். வாசு சொன்னதை அவர் காதில் போட்டுக்கொண்டதாகவே தெரியவில்லை. அவர் அக்காகிதங்களில் இன்னும் சில திருத்தங்களைச் செய்து கொண்டிருந்தார்.

இதைப் பற்றி யோசிக்க, தனக்கு இடமேயில்லையா? 'நீ என்னோட நிழல். நிழல் - ஊமை பேசாது.' இப்படியொரு அந்தஸ்தை ஜீரணித்துக் கொண்டு, தன்னால் இருக்க முடியுமா? 'நீ செய்யற வேலை எனக்குப் பிடிச்சிருந்தா, நான் எந்த அளவுக்கு உனக்கு உதவி செய்ய முடியும்னு உன்னாலேயே எதிர்பார்க்க முடியாது. ஆனா, எனக்கு விரோதமா நீ நடந்தேன்னு தெரிஞ்சுது, நான் உன்னைச் சும்மா விடமாட்டேன், கண்டிப்பு, கருணை, எச்சரிக்கை, பயமுறுத்தல்... இன்னும் எத்தனை எத்தனை ஆதாரங்களைப் பயன்படுத்துவாரோ? மைகாட், நான் விலை போய்விட்டேனா?' என்று தன்னைத் தானே கேட்டுக் கொண்டான் வாசு.

அவன் பார்த்த தோட்டக்காரன் சாவியுடன் வந்தான். இவன்தான் கலியனா?

அவன் பயபக்தியுடன் சாவியை பிரும்மநாயகத்தினிடம் நீட்டினான்.

'அவர்கிட்டே கொடு.'

தன்னிச்சையாக வாசு சாவியை வாங்கிக்கொண்டான்.

2

இரண்டு நாள் கழித்து வாசு, பிரும்மநாயகம் வீட்டுக்குச் சென்ற போது அவனுக்கு ஆச்சரியம் காத்திருந்தது.

அதுதான் அவனுக்குக் கொடுக்கப்பட்டிருந்த வாசஸ்தலம். குறிப்பாகச் சொல்லப் போனால், அங்கிருந்த புத்தக அலமாரி. இன்னும் குறிப்பாகச் சொல்லப் போனால், அவ்வலமாரியில் இருந்த புத்தகங்கள் ஆங்கி லத்திலும் தமிழிலுமாக ஏராளமான சுய சரிதைகள், சமூகப் பெரியவர்களின் வர லாற்று நூல்கள்.

பிரும்மநாயகம் அவனிடமிருந்து என்ன எதிர்பார்க்கிறார்? ஒரு மாபெரும் இலக்கியச் சாதனையையா? இச்சாதனை அவர் பெயரில் வெளிவரப் போகிறது. அவனுக்கு என்ன லாபம்?

லாபம் பணத்தில்தான். எத்தனை என்று அவன் கேட்கக் கூடாது, அவருக்குப் பிடிக்காது.

இரண்டு அறைகள். ஒன்று - ஸ்டடி; இன் னொன்று - படுக்கை அறை.

முதல் அறையில் - ஒரு மேஜை, நாற்காலி, மேஜையின் மீது ஆங்கில, தமிழ் டைப்ரைட்டர்கள். புத்தக அலமாரியும் இந்த அறையில்தான் இருந்தது. மூன்று கூடை நாற்காலிகள்.

சுவரில் பிரும்மநாயகத்தின் புகைப்படம் தொங்கிக் கொண்டிருந்தது. தினம் அதை அவன் வழிபட வேண்டுமென்று அவர் நினைக்கிறாரா?

படுக்கையறையில் அவன் தன் துணிமணிகளை வைத்துக் கொள்வதற்காகப் பெரிய அலமாரி.

திரைச்சீலைகள் மிகவும் நேர்த்தியாக இருந்தன.

குளியலறை, டாய்லெட் இரண்டும் படுக்கையறையை ஒட்டியிருந்தன.

கிச்சனில் காஸ் - ஸ்டவ், காபி, டீ டின்கள்.

பிரும்மநாயகத்தின் நிர்வாகத் திறமையைப் பற்றிச் சந்தேகமே இல்லை.

திடீரென்று கேட்ட ஒலி எங்கிருந்து வருகிறதென்று அவன் சுற்று முற்றும் பார்த்தான்.

இண்டர்காம் மேஜைக்கருகே இருந்த ஒரு சின்ன ஸ்டூலில் இருந்தது.

'என்ன, வந்துட்டியா? இடம் சௌகர்யமா இருக்குதா?' பிரும்ம நாயகத்தின் குரல்.

'இருக்குங்க, தேங்க்ஸ்.'

'குளிச்சிட்டியா?'

'குளிச்சிட்டுத்தான் கிளம்பினேன்.'

'சரி. இங்கே வா.'

'மெயின் வீட்டுக்கும், அவன் இருப்பிடத்துக்குமிடையே அரை கிலோ மீட்டர் தூரமாவது இருக்கும்.

அவன் போகும்போது தோட்டக்காரனைப் பார்த்தான். அவன் நீர் பாய்ச்சிக்கொண்டிருந்தான்.

'வணக்கங்க!' என்றான் தோட்டக்காரன்.

'வணக்கம்!'

வாசு, வீட்டுக்குள் பின்பக்கமாகப் போவதா அல்லது வீட்டைச் சுற்றிக்கொண்டு முன்பக்கமாகப் போவதா என்று யோசித்தவாறு தயங்கி நின்றான்.

'இப்படியே போங்க!'

வாசு பின்பக்கமாக நுழைந்தான். அங்கு அந்தப் பெரிய தாழ்வாரத்தில், இரண்டு பெரிய அல்சேஷன் நாய்கள்.

அவை அவனைக் கம்பீரமாகப் பார்த்துக்கொண்டு நின்றன.

அவன் திரும்பிப் பார்த்தான். தோட்டக்காரனைக் காணவில்லை.

அந்த நாய்களைத் தாண்டி எப்படி உள்ளே போவது? வீட்டைச் சுற்றிக்கொண்டு முன்பக்கமாகப் போவதுதான் நல்லது என்று அவனுக்குத் தோன்றியது.

'வாங்க!'

தாழ்வாரத்தை ஒட்டியிருந்த ஓர் அறையினின்றும் ஒருவன் வெளியே வந்தான். அன்று காபி கொண்டு வந்தவன். சமையற் காரனாக இருக்க வேண்டும்.

'நாய்?'

'ஒண்ணும் செய்யாது, வாங்க!'

அவன் நாய்களின் அருகே போய் நின்று கொண்டான்.

'இவன்தான் வீரன், இது மங்கை!' அவன் நாய்களை வாசுவுக்கு அறிமுகப்படுத்தி வைத்தான்.

'உங்க பேரு?'

'ராஜு.'

வீரனும் மங்கையும், வாசுவை மோந்தன.

'பயப்படாதீங்க. இனிமே ஒண்ணும் செய்யாதுங்க, மோந்து பாத்தாச்சில்லே!'

அவன் புன்னகை செய்தான்.

'ஐயா இருக்காரில்லே?'

'உங்களை எதிர்பார்த்துக்கிட்டிருக்காரு.'

ஒரு நீண்ட இடைகழி. இரண்டு பக்கத்திலும் மூடிய அறைகள்.

அவன் ஹாலுக்குள் நுழைந்தபோது, பிரும்மநாயகம் தனியாக இல்லை என்று தெரிந்தது.

அவரெதிரே இருவர் உட்கார்ந்திருந்தார்கள்.

ஒருவருக்கு ஐம்பது வயதிருக்கலாம். பார்ப்பதற்கு ஒரு தொழிலதிபர் போல் தோன்றியது. பேண்ட், சட்டை. அருகிலிருந்த ஒரு சிறிய அலுவலக ப்ரீஃப்கேஸின் மீது கையை ஊன்றியவாறு பின்னால் சாய்ந்து கொண்டிருந்தார். அவர் பார்வை உத்தரத்தில் லயித்திருந்தது. முகத்தில் ஒரு சோர்வு.

இன்னொருவனுக்கு முப்பத்தைந்து வயதிருக்கலாம். ஜிப்பா, வேட்டி. அவன் பேசிக்கொண்டே இருந்தான்.

பிரும்மநாயகம் கண்களை மூடிய நிலையிலிருந்தார்.

வாசுவைப் பார்த்ததும், அவன் பேசுவதை நிறுத்தினான்.

பிரும்மநாயகத்தினருகே போய் வாசு நின்றான். கண்களைத் திறக்காமலேயே பிரும்மநாயகம் சொன்னார்: 'ஹூம், சொல்லு! ஏன் நிறுத்திட்டே?'

'யாரோ வந்திருக்காங்க!'

பிரும்மநாயகம் திரும்பிப் பார்த்தார்.

'ஓ! வாசுவா? உட்காரு!'

வாசு எதிர்த்தாற்போலிருந்த ஒரு பிரம்பு நாற்காலியில் உட்கார்ந்தான்.

'ஹூம். நீ சொல்லு! வாசு என் செகரெட்ரி தான்!'

அவன், வாசு இருக்கும்போது பேசுவது உசிதமா என்று யோசிப்பதுபோல், கொஞ்சம் தயங்கினான்.

‘சொல்லுப்பா! எனக்கு நேரமில்லே!’ என்றார் பிரும்மநாயகம்.

‘ஐயா மனசு வைக்கணும், அதான்!’

பிரும்மநாயகம் பேசாமலிருந்தார். சில விநாடிகளுக்குப் பிறகு வாசுவைக் கேட்டார்: ‘டிபன் சாப்பிட்டியா?’

‘சாப்பிட்டப்புறந்தான் பொறப்பட்டு வந்தேன்.’

‘நாயைக் கண்டு பயந்தியா?’

‘ஆமாம். முதல்லே...’

‘அவர் சிரித்துக்கொண்டே சொன்னார்: ‘எனக்கு யார் யாரு வேண்டியவங்க, யார் யாரு வேண்டாதவங்கன்னு அதுகளுக்கு நல்லாத் தெரியும். வேண்டாதவங்களைக் குதறி எறிஞ்சுடும்.

‘வீரன், மங்கை!’ என்று கூப்பிட்டார் பிரும்மநாயகம்.

அவை ஓடிவந்து அவரருகில் நின்றன. அவர் அவற்றைத் தடவிக் கொடுத்தார்.

அந்த ஐம்பது வயதுக்காரர் முகத்தில் லேசாக எரிச்சல் தெரிந்தது.

‘மங்கை நல்ல தமிழ்ப் பேரா இருக்குதுங்களே!’ என்றான், வந்தவர்களில் இன்னொருவன்.

‘வீரன் நல்ல பேரில்லையா?’

‘அதுவும் நல்ல பேர்தாங்க!’

‘முன்னாலே என்கிட்டே ஒரு ராஜபாளையம் இருந்தது, செத்திடுச்சி!’

‘அப்படிங்களா? எப்போங்க?’

‘நான் என்ன செய்யணுங்கிறே?’

திடீரென்று பேச்சு திசைமாறிய வேகத்துக்கு ஈடு கொடுக்க முடியாமல் சிறிது தடுமாறிய அவன், தன்னை ஒருவாறு சுதாரித்துக்கொண்டு கூறினான்: ‘ஐயா மனசு வைக்கணும், அதான்!’

'நான் என்னய்யா மனசு வைக்கிறது?'

'வேலை நிறுத்தம் செய்திருக்கிறவங்க எல்லாரும் ஐயா சொல்லைத் தட்ட மாட்டாங்க. இவர் செய்தது தப்புதான், ஒப்புத்துக்கிறேன். ஐயாவைத் தூக்கி எறிஞ்சு பேசியிருக்கக் கூடாது. இப்ப ரொம்ப வருத்தப்படறாரு. இந்த வேலை நிறுத்தத்தினாலே எத்தனையோ நஷ்டப்பட்டுட்டாரு. அதுவே அவருக்குத் தண்டனைன்னு வச்சுக்கோங்களேன். இப்ப சமரசத்துக்கு வந்திருக்காரு.'

'என்னோட என்னய்யா சமரசம்? வேலை நிறுத்தம் செய்திருக் கிறவங்க தொழிலாளிங்க. அவங்ககிட்டே போய் பேசாம? நான் சினிமாவிலே லைட் தூக்கினவன்தானே? என்ன, மிஸ்டர் தாமோதரன்?'

'நான் கோபத்திலே அப்படிப் பேசியிருக்கலாம். ஐ ஆம் ரியலி ஸாரி! தொழிலாளிகள் உங்க கட்சியைச் சேர்ந்தவங்க. ப்ளீஸ் ஹெல்ப் மீ! நீங்க சொல்லறதை நான் செய்யறேன்.'

'என்ன செய்வீங்க?'

'நீங்க என்ன சொன்னாலும்! இப்பவே லட்சக்கணக்கிலே நஷ்டம். கமிட்மெண்ட் நிறைய இருக்குது. வேலை நிறுத்தம் தொடர்ந்து நடந்தா, நான் ஃபாக்டரியை இழுத்து மூடிவிட வேண்டியதுதான்!'

'நான் யோசிச்சு சொல்றேன். ரெண்டு நாள் கழிச்சு வந்து பாருங்க!'

'மிஸ்டர்... டாக்டர் பிரும்மநாயகம், ப்ளீஸ் லிஸன் டு மீ! ரெண்டுநாள் கூடத் தாங்காது!'

'லைட் தூக்னிவனைப் போய் டாக்டர்ங்கிறீங்களே?' என்று சொல்லிவிட்டு, பிரும்மநாயகம் பெரிதாகச் சிரித்தார்.

'தயவு செய்து என்னை மன்னிச்சுடுங்க.'

'நீங்க என்ன சொன்னாலும், செய்யறேங்கிறாரே இவரு!'

'நீ இவர்கிட்டே பணம் வாங்கிக்கிட்டயா, சொல்லுப்பா பாண்டியன்.'

'சேச்சே! அதெல்லாம் இல்லீங்க. மொதலாளியையும் நம்ம கட்சியிலே இளுத்து விடலாங்கிறதுதான் என் நோக்கம். கட்சிக்கு உபயோகமா இருக்கும். எலெக்ஷன் வேற வருது.'

'சபாஷ் பாண்டியா! உனக்கு யார்யா இத்தனை அதிகாரம் கொடுத்தாங்க, கட்சியிலே ஆளைச் சேர்க்க?'

'எனக்கு ஒரு அதிகாரமும் இல்லீங்க. நான் வெறும் கட்சித் தொண்டன். அதுக்கு மேலே இந்த நாய்க்கு ஏதுங்க அதிகாரம்?'

'இந்த நாய்களுக்கு?' என்று கேட்டுக்கொண்டே, வீரனையும், மங்கையையும் மறுபடியும் தடவிக் கொடுத்தார் பிரும்மநாயகம்.

அவைகளும் கட்சித் தொண்டர்களா? என்று கேட்கலாமாவென நினைத்த வாசு தன்னை மிகவும் சிரமத்துடன் கட்டுப்படுத்திக் கொண்டான்.

'அவை ராஜா வீட்டு நாய்ங்க. எனக்கு அந்தப் பதவி கூடக் கிடையாதுங்களே!' என்று சொல்லிவிட்டுச் சிரித்தான் பாண்டியன்.

இனி தினம் தொடர்ந்து நடக்க இருக்கிற இத்தகைய காட்சி களுக்கு அவன் ஒரு சாட்சி என்ற நினைவு வந்ததும், வாசுவுக்கு மிகவும் கஷ்டமாக இருந்தது. பிரும்மநாயகம் தன்னை இங்கு வரும்படி எதற்காக அழைத்தார்? அவருடைய செல்வாக்கை அவன் உணர வேண்டுமென்பதற்காகவா!

'என்ன மொதலாளி, எங்க கட்சியிலே சேரப் போறீங்களா?' என்று கேட்டார் பிரும்மநாயகம்.

'கட்சியிலே சேரணுங்கிறதில்லையே! வெளியிலே இருந்து கிட்டும்...' என்று இழுத்தார் தாமோதரன்.

'ஹூம். அதுவும் சரிதான். எல்லாக் கட்சிகளுக்கும் நிதி உதவி செய்யலாம். அப்படித்தானே?'

'எல்லாக் கட்சிகளுக்குமில்லீங்க. நம்ம கட்சிக்குத்தான் செய்யப் போறாரு! இல்லீங்களா, மொதலாளி?'

'ஆ...மா...ம்...'

தாமோதரன் அருகிலிருந்த பெட்டியை எடுத்துப் பாதி திறந்து கொண்டே, பிரும்மநாயகம் முகத்தைப் பார்த்தார்.

'எங்க கட்சிக்கு நீங்க ஒண்ணும் நிதி உதவி தரவேண்டிய அவசியமில்லே!' என்றார் பிரும்மநாயகம்.

'என்னாங்க?' என்றான் பாண்டியன்.

'கட்சிக்குப் பணம் வாங்கிக்கிட்டு, ஸ்ட்ரைக்கை நிப்பாட்டினேன்னு பேச்செல்லாம் வேணாம்!'

'யாருக்குங்க தெரியப் போவுது!' என்றான் பாண்டியன்.

'இதோ பாரு! கட்சியை உசிரை விட்டு வளர்த்தவன் நான். இந்த விவகாரத்திலே கட்சியை இழுத்து விட்டு அதுக்குக் கெட்ட பேரை உண்டாக்க நான் ஒரு நாளும் சம்மதிக்க மாட்டேன்.'

'செக்கா இல்லீங்க! பணமா தருவாரு...'

'என்னய்யா நினைச்சுக்கிட்டே நீ? உன் மாதிரி நான் லஞ்சம் வாங்கிறவன்னு நினைச்சியா? தயவு செய்து இடத்தைக் காலி பண்ணுங்க!'

பிரும்மநாயகம் கோபத்துடன் எழுந்தார்.

ஒரு செயலற்ற நிலையில், பாண்டியன் தாமோதரனைப் பரிதாபமாகப் பார்த்தான்.

'டாக்டர் பிரும்மநாயகம், உங்களை நான் தப்பா எடை போட்டது என் முட்டாள்தனந்தான். ஒப்புத்துக்கிறேன். நீங்க எப்படியாவது எனக்கு ஹெல்ப் பண்ணனும். எத்தனையோ காம்படிஷன் இருக்கிறப்போ, பணத்தைப் பணம்னு பாக்காம வாரி இறைச்சு, இந்த டெண்டர்களை நான் வாங்கியிருக்கேன். இப்ப நான் என் கமிட்மெண்ட்களை ஆனர் பண்ணலயோ, என் கதி அதோகதிதான். தயவு செய்து என்னைக் காப்பாத்துங்க!'

பிரும்மநாயகம் உட்கார்ந்தார். நாய்களைப் பரிவுடன் தடவிக் கொடுத்தார்.

'தொழிலாளிங்க எதுக்காக ஸ்ட்ரைக் பண்றாங்க?'

'ஒவ்வொருத்தனுக்கும் நாலு மடங்கு கூட கொடுக்கணுமாம். அப்புறம் போனஸ். இப்ப இந்தக் காரியத்துக்காக ஒப்புத்துக்கிட்டேன்னா, இது ரெகரிங் பட்ஜெட் ஆயிடும். எனக்குக் கட்டுப்படியாகாது.

'கட்சிக்கு நிதி உதவி செய்யத் தயாரா இருக்கீங்க, தொழிலாளர்களுக்குக் கூடக் கொடுக்கக் கூடாதா?'

'நாலு மடங்கு எப்படிங்க கொடுக்க முடியும்? கொடுத்தாலும், இதோட நிறுத்திடுவாங்களா? கேட்டுக்கிட்டே இருப்பாங்க. உங்களால்தான் அவங்களைக் கட்டுப்படுத்த முடியும். கட்சிக்குக் கொடுத்தோங்கிற சந்தோஷம் வேற எனக்கிருக்கும். நம் நாட்டின் எதிர்காலமே, நம்ம கட்சியின் வளர்ச்சியிலேதான் இருக்குது.

'நம்ம கட்சியா?'

'ஆமாங்க. உங்க மாதிரி சுயநலமில்லாதவர்களைப் பார்த்ததுமே இந்தக் கட்சியிலே சேரறதுன்னு நான் தீர்மானிச்சுட்டேன். உங்க பெருமை எனக்கு இப்பத்தான் புரியுது.'

'அதான் நான் அப்பவே சொன்னேனே, மொதலாளி!' என்றான் பாண்டியன்.

'யோசிக்கக் கொஞ்சம் அவகாசம் கொடுங்க. நாளைக்கு டெலிஃபோன் பண்ணுங்க.'

'நாளைக்கா?'

'ஆமாம் நாளைக்குத்தான்!' என்று கண்டிப்புடன் கூறிவிட்டார் பிரும்மநாயகம்.

'நாளைக்கு எப்ப?'

'காலையிலே. வாசுகிட்டே என் முடிவைச் சொல்றேன். அவர் கிட்டே கேட்டுக்கங்க. இனிமே இதைப் பத்தி பேச்சு வேணாம்!'

அவர்கள் சற்று ஏமாற்றத்துடன் எழுந்து சென்றார்கள்.

பிரும்மநாயகம் சிறிது நேரம் சிந்தனையில் ஆழ்ந்திருந்தார். பிறகு வாசுவைக் கேட்டார். 'நீ என்ன சொல்ற?'

'எதைப் பத்திங்க?'

'இந்த விவகாரத்தைப் பத்தி.'

'எனக்கு ஒண்ணும் புரியலீங்க. நீங்க சொல்ற மாதிரி தொழி லாளர்களுக்குக் கூடத் தரமாட்டேங்கிறாரு. கட்சிக்குத் தாரேன் கிறாரே! இந்த வீம்புதான் எனக்குப் புரியலே!'

‘இது வீம்பில்லே, தம்பி, வியாபாரம்!’

‘என்ன வியாபாரம்?’

‘கட்சிக்குக் கொடுத்தாத்தானே தொடர்ந்து டெண்டர் கிடைச்சுக் கிட்டேயிருக்கும். புரிஞ்சுதா?’

‘இப்ப இந்த டெண்டர்லாம் எப்படிக் கிடைச்சுது?’

பிரும்மநாயகம் புன்னகை செய்தார்.

‘யோசித்துப் பாரு!’

‘புரியலீங்க!’

‘எங்க கட்சிக்குக் கொடுக்காமலேயே கிடைச்சுது. இந்தத் தொழிலாளர் பிரச்னையே அதனால்தான். புரிஞ்சுதா?’

‘அப்ப கட்சிக்கு நிதி உதவி வாங்கிக்கப் போறிங்களா?’

‘இல்லே.’

‘நாளைக்கு என்ன சொல்லப் போறீங்க?’

‘நான் சொல்லப் போறதில்லே, நீ சொல்லப் போறே!’

‘நானா?’

‘ஆமாம் நீதான்.’

‘நான் என்ன சொல்ல முடியுங்க?’

பிரும்மநாயகம் மறுபடியும் புன்னகை செய்தார். இது வாசுவுக்கு எரிச்சலைத் தந்தது.

‘நான் என்ன சொல்ல முடியுங்க? நான் வெறும் செக்ரெட்ரி. முடிவு செய்ய வேண்டியது நீங்க!’

‘உன்னை யார்யா முடிவு செய்யச் சொன்னாங்க? நான் சொல்லப் போறதைச் சொல்லவேண்டியது உன் பொறுப்பு. செகரெட்ரி இல்லே?’

அவர் அருகே படுத்துக்கொண்டிருந்த அந்த நாய்களைத் தடவியவாறு இதைச் சொன்னார்.

'என்ன சொல்லணும்?'

'எங்கம்மா பேரிலே ஒரு ட்ரஸ்ட் வச்சிருக்கேன். அது பல நல்ல காரியங்களைச் செய்துக்கிட்டு வருது. வழியில்லாத பெண் களுக்கு ஆஸ்ரமம், அனாதைப் பள்ளிக்கூடம், ஆஸ்பத்திரி இந்த மாதிரி... மீனாட்சி அம்மாள் ட்ரஸ்ட்டுனு பேரு. இதுக்கு மூணு லட்ச ரூபாய்க்குச் செக் தரச் சொல்லு. அப்பத்தான் ஸ்ட்ரைக் விவ காரத்தை என்னாலே கவனிக்க முடியும்னு நான் சொன்னேன்னு சொல்லு, புரிஞ்சுதா?'

அவர் சுயசரிதையில் இது ஓர் அத்தியாயமாக வாசுவுக்குப் பட்டது.

3

வாசு, தானும் இந்த நாலைந்து மாதங்களில் இந்நாட்டு அரசியல் சூழ்நிலையில் தவிர்க்க முடியாத ஓர் அங்கமாகி விட்டதை உணர்ந்தான்.

பிரும்மநாயகத்திடம் வேலைக்குப் போகும் படி சபேசன் சொன்னபோது, தான் சீறியது அவன் நினைவுக்கு வந்தது.

பிறகு இந்த ஏற்பாட்டுக்கு அவன் எப்படி இசைந்தான்!

முதல் காரணம், வயிற்றுப் பிரச்னை. இரண்டாவது, அவன் மனத்தில் தோன்றிய சமாதானம். ஒரு பறவையைக் கொன்ற பாவம் ஒரு மாபெரும் இலக்கியமாக உருவாகவில்லையா? பாவம் செய்தவர் களால் அருமையான பக்திப் பாடல்கள் இயற்ற முடிந்திருக்கிறது. பிரும்மநாயகத் திடம் வேலைக்குப் போவதினால் ஏற்படக் கூடிய ஒரு குற்ற உணர்ச்சியே, அவன் பின் னொரு காலத்தில் ஒரு மகத்தான இலக்கியம் படைப்பதற்கு ஏன் தூண்டுகோலாய் இருக்கக் கூடாது?

இப்பொழுதுள்ள நிலையில் அவனால் படைக்க முடியுமென்று தோன்றவில்லை. அரசியல் கவர்ச்சி அவனை ஆட்கொண்டு விட்டது. ஒரு பிரபல அரசியல் தலைவரின் செயலாளர் என்ற பதவியே, அவனுக்கு அவன் எதிர்பாராத பல அதிகாரங்களைத் தந்திருக்கிறது. பிறரைத் தன்னால் ஆட்டுவிக்க முடியுமென்ற உணர்வே, மனிதனை என்ன பாடு படுத்திவைக்கிறது!

பாரதி கூறிய முனிவன் கதைதான். முனிவனால் பன்றியாகப் போகும்படிச் சபிக்கப்படுகின்றான். முதலில் இறந்து விடுவதென்று தீர்மானிக்கின்ற அவன், பிறகு சில நாள்கள் பன்றியாக இருந்து பார்க்க விரும்புகின்றான். பன்றியாக இருப்பது அவனுக்குப் பிடித்துப்போய் விடுகின்றது.

தான் இப்பொழுது அரசியல் பன்றி! பிரும்ம நாயகத்தின் வலக்கை!

தம்முடைய சுயசரிதையை எழுதுவதற்காக அவர் அவனை வேலையில் அமர்த்தினார். ஆனால் ஒரு வரிகூட எழுதியாக வில்லை. அவர் அவனைத் தம்முடைய நிகழ்கால அரசியல் வாழ்க்கையோடு ஐக்கியப்படுத்திக் கொண்டுவிட்டார்.

பிரும்மநாயகத்துக்கு அந்தரங்க வாழ்க்கையென்று ஒன்று இருப்பதாகவே தெரியவில்லை. அவர் சுயசரிதை என்றால், அது கட்சியின் வரலாறாகத்தானிருக்க முடியுமென்று தோன்று கின்றது. கட்சியின் வளர்ச்சியையும், அவர் வளர்ச்சியையும் ஒன்றினின்றும் ஒன்றைப் பிரித்துப் பார்க்க முடியாது. கட்சியை வளர்க்க அவர் மேற்கொண்ட முயற்சிகளையும், நீதி, நேர்மை என்ற தராசிலிட்டுக் காண்பதும் வீண்வேலை.

பிரும்மநாயகம் பள்ளிப் பக்கம் எட்டிப் பார்த்ததே இல்லை யென்று சொல்ல முடியாது. எட்டிப் பார்த்திருக்கிறார், மணி அடிக்க! அவர் பார்த்த முதல் வேலை, கிராமப் பள்ளிக்கூடத்தில் மணி அடிப்பதுதான். அது அவரே ஒரு சமயம் சொன்ன தகவல். ஒரு சமயம் கோபத்தில் மணியை அடிப்பதற்குப் பதிலாக பள்ளிக்கூடத் தலைமை ஆசிரியரை அடித்துவிட்டார். அப் பொழுது கிராமத்தை விட்டு ஓடி வந்தவர்தான். அதற்குப் பிறகு அந்தப் பக்கம் போகவேயில்லை.

பள்ளிப்படிப்பு அறவே இல்லாதவருக்கு, பொருளாதாரத்தைப் பற்றிய நுணுக்கமான அறிவு - இயற்கை அவருக்குத் தந்த

வரப்பிரசாதம். இதைத் தவிர, அரசியலில் அவருக்கெதிராக எழும் பிரச்னையையும் தமக்குச் சாதகமாக்கிக் கொள்வது அவருக்குக் கைவந்த கலை. முறையான படிப்பு இல்லையென்ற காரணத்தினாலேயே, இந்தக் குறையை ஈடு செய்யும் முறையில், வாழ்க்கைத் தற்காப்புப் போராட்டத்தில், அவருடைய இயல்பான சுயஅறிவு, அவருக்குக் கற்றுத் தந்த பாடங்கள் ஏராளம்.

பிரும்மநாயகத்துக்குக் குடும்பம் கிடையாது. அவர் திருமணம் செய்துகொள்ளவேயில்லை. 'இதைப்பத்தி யோசிக்க எனக்கு நேரமேயில்லே. யோசிக்க ஆரம்பிக்கறப்போ, எனக்கு வயசாயிடிச்சி! என்று அவர் ஒரு தடவை சிரித்துக்கொண்டே சொன்னது அவன் ஞாபகத்துக்கு வந்தது. பெண்கள் விஷயத்தில் அவருக்குப் பலகீனம் இருப்பதாகவும் தெரியவில்லை. அவரைப் பலவிதமாகத் தாக்கும் அவர் எதிரிகள் கூட, இது சம்பந்தமாக அவரைக் குற்றம் சாட்டியதே கிடையாது.

டெலிஃபோன் ஒலித்தது. அவன் எடுத்தான்.

'டாக்டர் பிரும்மநாயகத்தின் வீடு.'

'டாக்டர் பிரும்மநாயகமா? எப்ப டாக்டரானாரு?'

'யார் நீங்க?'

'நீங்க யாரு?'

'என்னங்க வேணும், சொல்லுங்க?'

'பிரும்மநாயகத்தோட பேசணும்.'

'நீங்க யாரு?'

'யாரப்பா நீ? பிரும்மநாயகத்தோட பேசணும்னா, நீங்க யாரு, நீங்க யாருன்னு கீறல் விழுந்த கிராமஃபோன் மாதிரி கேட்டுக்கிட்டேயிருக்கே!'

வாசுவுக்கு இது புது அநுபவம். பிரும்மநாயகத்தோடு பேச விரும்பியவர்கள் யாரும், இதுவரை இப்படிப் பேசியதே இல்லை. அமைச்சர்கள் கூட, பணிவுடன்தான் பேசுவார்கள்.

'நீங்க யாருன்னு சொல்லாத வரைக்கும் என்னாலே பதில் சொல்ல முடியாது!' என்றான் வாசு.

‘அப்படியா? என் பேரு தணிகை. விக்ரோலி தணிகைன்னு சொல்லு!’

‘விக்ரோலின்னா, பம்பாயா?’

‘ஆமாம்.’

‘பம்பாயிலிருந்தா பேசறீங்க?’

‘எங்கேயிருந்து பேசினா உனக்கென்ன?’

‘கொஞ்சம் மரியாதையா பேசக் கூடாதா?’

‘யார் நீ? அவரோட செகரெட்ரியா?’

‘ஆமாம். டாக்டர் பிரும்மநாயகம் வெளியிலே போயிருக்காரு.’

‘அவர் வந்தவுடனே சொல்லு. எப்ப வருவாரு?’

‘அரைமணியிலே.’

‘நான் அப்ப அரை மணிக்கப்புறம் ஃபோன் பண்றேன்.’

‘அவர் ரொம்ப பிஸி. என்ன விஷயம்னு சொல்லுங்க.’

‘என்ன பிஸியா இருந்தா என்ன? என் பேர் விக்ரோலி தணிகைன்னு சொல்லு, என்கிட்டே பேசுவாரு!’

அவர் டெலிஃபோனைக் கீழே வைத்துவிட்டார்.

யார் இவர்? ஒருவகை அதிகாரத்துடன் பேசுகிறார்? பிரும்மநாயகம் தம்முடன் பேசியாக வேண்டுமென்ற என்ன நம்பிக்கை! இவர் அரசியலோடு சம்பந்தப்பட்டவராகவும் தெரியவில்லை.

பிரும்மநாயகம் அரசியலில் இல்லாதிருந்து விட்டால், ஒரு பெரிய கம்பெனியின் நிர்வாகத் தலைவராக இருந்திருப்பார். அவரிடம், அவருக்கு வேண்டியவர் வேண்டாதவர்கள் எல்லாரைப் பற்றியும் ஃபைல்கள் இருந்தன. அவற்றைப் பரம ரகசியமாக அவர் வைத்திருந்தார். எல்லாவற்றுக்கும் ஒரு மாஸ்டர் ஃபைல் இருந்தது.

அவர் அவனிடம் முதல் நாளிலிருந்தே நம்பிக்கை வைத்தது அவனுக்கு ஆச்சரியமாக இருந்தது. எல்லா பைல்களிலுமுள்ள

விஷயங்கள் அவனுக்கு அத்துப்படி. அமைச்சர்களும் இவரிடம் நடுங்கக் காரணம், அவரிடம் இந்த ஃபைல்கள் இருந்தன என்பதால்தான்!

விக்ரோலி தணிகை என்ற ஃபைல் அவனுக்குத் தெரிந்தவரை இல்லை. அவன் தன் சந்தேகத்தை ஊர்ஜிதம் செய்வதற்காக ஸ்ட்ராங் ரூமுக்குச் சென்று, அலமாரியிலிருந்து மாஸ்டர் ஃபைலை எடுத்தான்.

அவர் பெயரில் ஃபைலே கிடையாது.

யார் இவர்?

அவன் அறிந்தவரை, பிரும்மநாயகம் தமிழ்நாட்டை விட்டுப் பம்பாய்க்குப் போனதாகவும் தெரியவில்லை. டில்லிக்குப் போயிருக்கிறார். அவரே இதைப்பற்றி ஒரு தடவை சொல்லி இருக்கிறார். 'எனக்கு வடக்கே தில்லி தெரியும். பம்பாய், கல்கத்தா எங்கேயும் போனதில்லே. எதுக்காகப் போவணும்? காரியம் வேணும்னா எல்லாரும் என்னைத் தேடிக்கிட்டு வர்றாங்க. தில்லிக்கும் ஏதோ கட்சி உடன்பாட்டுக்காகக் கூப்பிட்டாங்க. போனேன். ஒரு தடவைதான்! மத்தபடி அவங்கதான் என்னைத் தேடிக்கிட்டு வருவாங்க!

வாசல் மணி ஒலித்தது.

பிரும்மநாயகம் வந்துவிட்டார் போலிருக்கிறது.

அவன் ஸ்ட்ராங் ரூமைப் பூட்டிக்கொண்டு அலுவலக அறைக்குள் நுழைந்தான்.

பிரும்மநாயகந்தான்.

அவன் அலுவலக அறையை விட்டு வெளியே வந்தான்.

'ஏதானும் ஃபோன் வந்ததா?' என்று கேட்டுக்கொண்டே, அவர் சோபாவில் உட்கார்ந்தார்.

'வந்ததுங்க. யாரோ விக்ரோலி தணிகைன்னு சொன்னாரு.'

அவர் திடுக்கிட்டாரென்பது, அவர் முகத்தினின்றும் தெளிவாகத் தெரிந்தது.

'யாரு?'

'விக்ரோலி தணிகைன்னாரு.'

அவர் சிறிது நேரம் பேசாமலிருந்தார். நிச்சலமான கண்களில் கலவரம் லேசாகத் தெரிந்தது.

'என்ன சொன்னாரு?'

'வெளியிலே போயிருக்கீங்கன்னேன். அரைமணிக்கப்புறம் ஃபோன் செய்யறேன்னாரு. யாரு இவரு, குரல் கொஞ்சம் அதிகாரத்தோட இருந்தது!'

'போன் வந்தா சொல்லு, நான் பேசறேன்!' இது அவனுக்குச் சிறிது ஆச்சரியத்தைத் தந்தது. தவிர்க்க முடியாதவர்களைத் தவிர, வேறுயாருடனும் பிரும்மநாயகம் சாதாரணமாகப் போனில் பேசுவது கிடையாது. அவனையே பதில் கூறச் சொல்லி விடுவார். இந்த விக்ரோலி தணிகை தவிர்க்க முடியாதவரா?

'யாருங்க இவரு?'

'தெரியலே, விசாரிக்கறேன்.'

'நான் என்ன விஷயம்னு கேட்டேன். உங்ககிட்டே பேசிக்கிறேன்னாரு!'

'அதோ டெலிஃபோன் சத்தம் கேக்குது, போய்ப் பாரு!'

அவன் விரைந்தான்.

'டாக்டர் பிரும்மநாயகத்தின் வீடு.'

'டாக்டர் வந்திட்டாரா, டாக்டர்?' என்று சொல்லும்போது, குரலில் சிறிது ஏளனத்தின் சாயை படிந்திருந்தது.

'வந்துட்டாரு, கூப்பிடறேன்.'

இதற்குள் பிரும்மநாயகமே அங்கு வந்துவிட்டார்.

'ரூமைச் சாத்திக்கிட்டுப் போ.'

வாசு ஹாலில் வந்து உட்கார்ந்தான். பிரும்மநாயகத்துக்கு இவரைத் தெரிந்திருக்கிறது. அவரைக் கண்டு பயப்படுகிறார்.

என்ன காரணம்?

வீரனும், மங்கையும் வேகமாக ஓடி வந்தன. அவை மூடியிருந்த அலுவலக அறையின் வாசலில் நின்று வாலை ஆட்டிக்கொண்டு உரக்கக் குரைத்தன.

'வாசு!' என்று குரலையெழுப்பிக் கூப்பிட்டார் பிரும்மநாயகம்.

அவன் அறைக்கதவை லேசாகத் திறந்தான். பேசும் பகுதியைக் கையால் மூடிக்கொண்டு, அவர் சொன்னார்: 'இதுகளை வெளியிலே கூட்டிக்கிட்டுப் போ.'

அவை அவனைத் தாண்டி அறைக்குள் போகப் பார்த்தன.

அவன் கதவைச் சாத்தினான்.

'என்னோட வாங்க வெளியிலே.'

அவை இந்த ஏற்பாட்டுக்கு எதிர்ப்பைத் தெரிவிப்பது போல் இன்னும் ஆக்ரோஷத்துடன் குரைத்தன.

அவன் உள்ளே சென்று இரண்டு எலும்புத் துண்டுகளை எடுத்துக் கொண்டு வந்து வாசலில் நின்றவாறு, அவற்றை நாய்களிடம் காட்டினான்.

அவை வெளியே ஓடிவந்தன.

அவன் தோட்டத்துக்குச் சென்று, எலும்புத் துண்டுகளை வீசி எறிந்தான்.

வீரனும், மங்கையும் அவற்றை நோக்கி வேகமாகப் பாய்ந்தன.

'என்னாங்க! தோட்டத்தை இது நாசம் பண்ணுது, இப்படி விட்டுட்டீங்களே!' என்று கூறிக்கொண்டே அங்கு வந்தான் கலியன்.

'ஐயா, ஃபோன்லே பேசிக்கிட்டிருக்காரு. தொந்தரவு பண்ணிக்கிட்டிருக்குது ரெண்டும்.'

'அந்தப் பக்கம் விட்டெறிஞ்சிருக்கக் கூடாதுங்களா? அங்கேதான் இதுக எலும்புத் துண்டுகளைப் புதைச்சு வைக்கிற வளக்கம். வீரன், மங்கை - அந்தப் பக்கம் போங்க!'

அவை குரைத்தன.

'அந்தப் பக்கம் தோண்டினீங்கன்னா, ஒரே எலும்புத் துண்டுக தான். அத்தனை புதைச்சு வச்சிருக்குக, இது ரெண்டும்!' என்று கூறிவிட்டுச் சிரித்தான் கலியன்.

பிற்காலத்து வரலாற்று ஆராய்ச்சியாளர்கள் என்னென்ன விசித்திரமான முடிவுகளுக்கு வரப் போகிறார்களோ! நல்லவேளை! இவ்வெலும்புத் துண்டுகள். பிரும்மநாயகத்தின் வீட்டுக் கப்-போர்டில் இல்லாமல், தோட்டத்திலிருக்கின்றன.

வீரனும் மங்கையும் எலும்புத் துண்டுகளை வாயினால் கவ்விக் கொண்டு, மண்பகுதியை நோக்கி ஓடின.

'ஏங்க நாய்ங்க எலும்புத் துண்டுகளைப் புதைச்சு வைக்குது?' என்று கேட்டான் கலியன்.

'மனுஷங்க மாதிரி, அதுகளுக்கும் ரகசியங்க வேணாமா?'

'மனுஷன் ரகசியங்களை மனசுக்குள்ளாற புதைச்சு வைப்பான், தோட்டத்துக்குள்ளாற இல்லே!' என்று கூறிவிட்டுச் சிரித்தான் கலியன்.

'வாசு!'

பிரும்மநாயகத்தின் குரல் கேட்டது.

வாசு உள்ளே சென்றான்.

அவர் சோபாவில் உட்கார்ந்திருந்தார்.

'வீரனும் மங்கையும் எங்கே?'

'தோட்டத்திலே இருக்கு.'

'இன்னும் ரெண்டு மணி நேரத்திலே அந்தத் தணிகைங்கிறவரு வராரு. அவருக்கு இங்கேதான் ராத்திரிச் சாப்பாடு. ராஜீகிட்டே சொல்லிடு.'

'சரிங்க.'

'டிரைவர்கிட்ட சொல்லு, சாப்பாடு முடிஞ்சப்புறம் அவரைப் போய் அவர் ஹோட்டல்லே கொண்டு விடணும். அமிஞ்சிக்

கரையிலே ஏதோ ஒரு லாட்ஜ் பேர் சொன்னாரு, நினை வில்லே.'

'சரிங்க!'

'நான் போய் படுத்துத் தூங்கப் போறேன், களைப்பா இருக்குது. சாயந்தரம் வேதமூர்த்தி வரேன்னாரில்லே! இன்னைக்கு வேணாம், நாளைக்கு வரச் சொல்லு. புரிஞ்சுதா?'

'சரிங்க!'

பிரும்மநாயகம் எழுந்து தன் படுக்கையறைக்குப் போய் விட்டார்.

வாசு சமையற்காரன் ராஜீவிடம், ஒருவர் சாப்பிட வரப்போகிறா ரென்ற தகவலைச் சொன்னான்.

'வெஜிடேரியனா, இல்லாட்டி...'

'ஐயா ஒண்ணும் சொல்லலே. வெஜிடேரியனே பண்ணுங்க.'

டிரைவர் பன்னீர்செல்வம் முணுமுணுத்தான்: 'ஐயா கிட்டே இன்னைக்குச் சீக்கிரம் போகணும்னேன், சரின்னாரு.'

'எதிர்பாராத விருந்தினர், என்ன செய்ய முடியும்?' என்றான் வாசு.

'அமிஞ்சிக்கரையா? எத்தனை தூரம் இருக்குது! சாப்பிட்டு முடிஞ்சவுடனே கொண்டு விட்டுறணும்னாலும் ராத்திரி வீட்டுக்குத் திரும்பறப்போ, பத்து மணியாயிடும். சம்சாரத்தைச் சினிமாவுக்குக் கூட்டிகிட்டுப் போறேன்னேன். ராத்திரி ஷோவுக் கும் போகமுடியாது.'

'ஐயாகிட்டே சொல்லட்டுமா?'

'ஐய்யய்யோ, வேணாங்க!'

வாசு அலுவலக அறையில் போய் உட்கார்ந்தான். யாரிவர், விக்ரோலி தணிகை? பெரிய ஆளாகத் தெரியவில்லை. அமைந்தகரையில் ஒரு லாட்ஜில் தங்கியிருக்கிறாரென்றால், அவர் வசதியைப் பற்றித் தெரிகிறது. ஆனால், அவருக்கு ஏன் இத்தனை மரியாதை?

பிரும்மநாயகம் அவரிடம் ஏன் கதவைச் சாத்திக் கொண்டு பேசினார்?

அவரைப் பற்றித் தெரியவில்லை. விசாரிப்பதாக பிரும்மநாயகம் கூறியது பச்சைப் பொய். அவர் இரவு சாப்பிட வருகிறார்.

பிரும்மநாயகம் தமக்கு மிகவும் நெருங்கியவர்களைத் தவிர மற்றவர்களைச் சாப்பிடச் சொல்வதில்லை.

தம்முடைய எல்லா அந்தரங்கங்களையும் அவனோடு பகிர்ந்து கொண்ட பிரும்மநாயகம், இதைப் பற்றி ஒன்றுமே சொல்ல வில்லை.

ஏன்?

இது அரசியல் சம்பந்தப்பட்டதில்லை என்பதாலா?

சிந்திக்கச் சிந்திக்க விஷயம் மர்மமாகிக் கொண்டே வருகிறது.

தணிகை வரும்போது ஏழு மணி இருக்கும். வாசுதான் வாசற் கதவைத் திறந்தான்.

ஆறடி உயரம். ஒரு காலத்தில் ஆணழகனாயிருந்திருப்பாரென்று தோன்றியது. இப்பொழுது மிகவும் மெலிந்து காணப்பட்டார். அடர்த்தியான தலைமயிரில் ஒன்றுகூட கறுப்பில்லை. பிரும்ம நாயகத்தின் வயதிருக்கலாம்.

'என்ன டாக்டர் சார், எப்படியிருக்கீங்க?' இதைச் சொல்லும் போது அவர் கண்களும் சிரித்தன.

'உட்காரு, தணிகை.'

'இவர் யாரு உன் செகரெட்ரியா? என்னை ரொம்ப விரட்டிட்டாரே?'

'என் கடமையைச் செஞ்சேன்!' என்றான் வாசு.

'தெரியுமா உனக்கு! உன் மொதலாளியும் நானும் அந்த காலத்துச் சிநேகிதங்க!'

'எனக்குத் தெரியாது.'

'என்ன குடிக்கறே? ஆரஞ்சு, பைன் ஆப்பிள்?' என்று கேட்டார் பிரும்மநாயகம்.

'என்ன ஆச்சு உனக்கு? என்னை ஜூஸா குடிக்கச் சொல்றே?'

'வேற இல்லே!'

'நானும் உன் மொதலாளியும் அந்த காலத்திலே மொடாக் குடியங்க. இவன் ஒரு ராத்திரிக்குள்ளாற ஒரு முழு பாட்டிலைக் காலி பண்ணுவான். என்ன டாக்டர் நான் சொல்லறது சரிதானே?'

'ஆரஞ்சு கொண்டாரச் சொல்லவா?'

தணிகை ஹாலைச் சுற்றுமுற்றும் பார்த்தார். 'பிரமாதமா இருக்குப்பா உன் வீடு!'

'ஆரஞ்சு கொண்டாரச் சொல்லு!' என்றார் பிரும்மநாயகம் வாசுவிடம்.

வாசு இன்டர்காமில் ராஜுவிடம் மூன்று ஆரஞ்சு ஜூஸ் கொண்டு வரும்படிச் சொன்னான்.

'மூணா சொன்னே! சரி, ஜூஸைக் குடிச்சிட்டு நீ வீட்டுக்குப் போகலாம்!' என்றார் பிரும்மநாயகம்.

4

அடுத்த நாள் வாசு அலுவலக அறைக்குள் நுழைந்தபோது, அங்கு தணிகை உட்கார்ந் திருப்பதைக் கண்டு ஆச்சரியமடைந்தான்.

அவர் செய்தித்தாளில் ஆழ்ந்திருந்தார்.

வாசு லேசாகக் கனைத்தான்.

'வா, தம்பி வாசு. வாசுதானே உன் பேரு?' என்றார் தணிகை.

'நீங்க ராத்திரி தங்கிட்டீங்களா?'

'ஆமாம். நேரமாயிடுச்சி. ரொம்ப நேரம் பேசிக்கிட்டிருந்தோம்.'

'நீங்களும் டாக்டர் பிரும்மநாயகம் ஊர்தானா?'

'அப்படித்தான் வச்சுக்கோயேன்!' என்று கூறிவிட்டு அவர் சிரித்தார்.

வாசல் மணி ஒலித்தது.

வாசு வெளியே போய், கதவைத் திறந்தான்.

வேதமூர்த்தி.

'வாங்க.'

அவர் உள்ளே வந்தார்.

பிரும்மநாயகம் அப்பொழுதுதான் ஹாலுக்குள் நுழைந்தார்.

'வேதமூர்த்தியா! வாங்க!'

'வணக்கங்க!'

'வணக்கம்.'

வேதமூர்த்தி உட்கார்ந்தார்.

பிரும்மநாயகம் சிறிது நேரம் பேசாமல் உட்கார்ந்திருந்தார்.

தணிகை அப்பொழுது அலுவலக அறையிலிருந்து வெளியே வந்தார்.

'குட்மார்னிங், டாக்டர்!'

'வணக்கம்.'

'என் பேர் தணிகை. டாக்டரோட ஃப்ரெண்ட்!' என்றார் அவர் வேதமூர்த்தியிடம்.

'என் பேர் வேதமூர்த்தி.'

தணிகை பிரும்மநாயகத்தினருகில் உட்கார்ந்தார்.

'வேதமூர்த்தி, நீங்க இப்ப நிக்க வேணாம்னு தோணுது!' என்றார் பிரும்மநாயகம்.

'என்னங்க இது?'

'இந்தத் தேர்தல் வேணாம். இடைத் தேர்தல்தானே, விட்டுடுங்க! ஜெனரல் எலெக்ஷன்லே...'

வேதமூர்த்தி இடைமறித்தார்: 'நீங்கதான் என்னைக் கூப்பிட்டு நிக்கறீங்களான்னு கேட்டீங்க. முதல்லே நான் தயங்கினேன். அப்படி அப்ப வற்புறுத்திச் சொல்லிட்டு இப்ப...'

'ஆமாம். அப்ப சொன்னேன், இல்லேங்கலே. இப்ப வேணாங் கிறேன், புரிஞ்சுதா?'

‘என்ன புரிஞ்சுதா? நான் ஒரு பிஸினஸ்மென். எனக்குன்னு ஒரு ஸ்டேட்டஸ் இருக்குது. விளையாட்டுப் பொம்மையில்லே, வேணுங்கிறப்போ விளையாடறது, அப்புறம், தூக்கி எறிய!’

‘தெரியும்யா உங்க ஸ்டேட்டஸ்! சாமானை ஒண்ணுக்கு நாலு விலையா விக்கிறது. உங்களைப் பத்தி ஊர்லே என்ன பேசிக்கிறாங்க, தெரியுமா? உங்களை நிக்க வச்சா ஜெயிக்க வாய்ப்பேயில்லே. எனக்கு என் கட்சி நலன்தான் முக்கியம்.’

‘என்னை நிக்கச் சொன்னப்போ, இந்த புத்தி எங்கே போச்சு?’

‘வேதமூர்த்தி, மரியாதையாப் பேசுங்க! ஜெனரல் எலெக்ஷன்லே நிக்கிற வாய்ப்பையும் கெடுத்துக்காதீங்க.’

‘அப்ப நாணயமாயிடுமா என் வியாபாரம்? இல்லாட்டி இப்ப இருக்கிற உங்க கட்சி சட்டசபை அங்கத்தினர்களெல்லாம் யோக்கியமானவங்களா? உங்க அரசியலும் வியாபாரந்தானே! என்ன விலை சொல்லுங்க, நான் தரேன்.’

‘உண்மையைச் சொல்லட்டுமா?’

‘சொல்லுங்க!’

‘எங்க கட்சிக் கமிட்டிக்காரர்களுக்கு உங்களை நிறுத்தி வைக்கிறதிலே, உடன்பாடே இல்ல. இப்ப நடக்கப் போற தேர்தல் சௌத் ஆற்காடு தொகுதியிலே, வன்னியர் மெஜாரிட்டி. நீங்க வன்னியர் இல்லே, புரிஞ்சுதா?’

‘யாரை நிறுத்திவைக்கப் போறீங்க?’

‘ஒரு புது முகத்தை!’

‘இதென்ன சினிமாவா, அரசியலா?’

‘ரெண்டுக்கும் என்ன வித்தியாசம்? சினிமாக்காரனும் நடிக்கிறான், அரசியல்வாதியும் நடிக்கிறான். நீங்க வியாபாரி. அரசியல் மேடையிலே ரோல் கேட்டுத்தானே வர்றீங்க!’

‘வியாபாரி மட்டுமா ரோல் கேக்கிறான்? கள் குடிக்கிறவன், சூதாடி, கள்ளக்கடத்தல்காரன் எல்லாருந்தான் ரோல் கேக்கிறாங்க!’

'ஆமாம், இல்லேன்னு சொல்லலே! ஆனா யாருக்கு ஜெயிக்க வாய்ப்பு இருக்குதுன்னு பாக்கணுமில்லே?'

'புது முகத்துக்கு இருக்குமா?'

'இருக்கலாம். அவரைப் பத்தி ஜனங்களுக்கு ஒண்ணும் தெரியாதுங்கிறதே முதல் சௌகர்யம். அவரு அவங்க இனமா இருக்கிறது இரண்டாவது சௌகர்யம்!'

'யார் அவரு?'

'இவர்தான்!' என்று தணிகையைச் சுட்டிக்காட்டினார் பிரும்ம நாயகம்.

வாசு திடுக்கிட்டான். தணிகைக்கும் இது அதிர்ச்சியாக இருந்ததென்பது அவர் குரலை எழுப்பி, 'நானா!' என்று கேட்டதினின்றும் தெரிந்தது.

'ஆமாம்! நீ தான்!' என்றார் பிரும்மநாயகம் தீர்மானமாக.

'என்ன விளையாடறீங்களா? என்னை நிக்க வைக்கிறதிலே, விருப்பமில்லேன்னா சொல்லிவிட்டுப் போங்களேன். பக்கத்திலே சிவனேன்னு உட்கார்ந்திருக்கிறவரைக் காட்டி இவரைத் தான் நிக்க வைக்கப்போறோம்னு எதுக்காகக் கதை விடறீங்க? அவருக்கே இது ஷாக்கா இருக்குது!'

'இனிமே இதைப்பத்தி உங்ககிட்டே பேச ஒண்ணுமில்லே, நீங்க போகலாம்!' என்றார் பிரும்மநாயகம்.

'ஏன்யா, நீங்க நிக்கப்போறீங்களாய்யா?' என்று தணிகையைக் கேட்டார் வேதமூர்த்தி.

தணிகை ஒன்றும் புரியாமல் பிரும்மநாயகத்தை பரிதாபமாகப் பார்த்தார்.

'அவர்கிட்டே என்னய்யா கேள்வி? அவர்தான் நிக்கப் போறாரு, நான் தீர்மானிச்சுட்டேன்!'

வேதமூர்த்தி எழுந்தார். மிகுந்த கோபத்துடன் குரலை உயர்த்திச் சொன்னார்: 'இவர் நிக்கிறதை நான் பார்த்துக்கிடறேன்!'

'என்ன செய்வீங்க? அடிச்சுப் போட்டுடுவீங்களா? அதையும் பார்த்துக்கிடலாம்!' என்றார் பிரும்மநாயகம்.

வேதமூர்த்தி போனவுடன் தணிகை கேட்டார்: 'என்ன இது! நான் எலெக்ஷன்லே நிக்கணுமா?'

'ஆமாம்!'

'யாரு எனக்கு ஓட்டுப் போடுவான்? எனக்கும் அரசியலுக்கும் சம்பந்தமே கிடையாது. என்னை இந்த வம்பிலே மாட்டி வைக்காதே!'

'ஒரு வம்புமில்லே! என்னைப்பாரு, அரசியல்ல இருக்கிறதி னாலே என்னென்ன சௌகரியங்கள்னு தெரியும்.'

'உன் சாமர்த்தியம் எனக்கு இருக்குதா?'

'வாய்ப்பு கிடைச்சா, எல்லா சாமர்த்தியமும் தன்னாலே வரும். உன்னை ஜெயிக்க வைக்கிறது என் பொறுப்பு!'

'மீட்டிங்லே பேச வேணாமா? யார் பேசுவாங்க?'

'எல்லாத்தையும் நான் பார்த்துக்கிறேன். நீ என்னோட அந்த காலத்து தோஸ்த் இல்லியா! உன்னையும் என் மாதிரி ஆக்கிட ணும்னு பார்க்கிறேன். பணம் மட்டும் இருந்தா போதாது. பேரு, புகழ்லாம் வேணாமா?'

'எங்கிட்டே பணம் எங்கே இருக்குது?'

'நானே உனக்குப் பணம் தரேன்னு வச்சுக்க. வெறும் பணம் மன நிம்மதியைத் தராது. சமூகத்திலே உன் முகம் எல்லாருக்கும் தெரி யணும். நல்லதோ, கெட்டதோ நாலு பேர் உன்னைப் பத்திப் பேசணும். அப்பத்தான் வாழ்க்கை சுவாரசியமா இருக்கும் புரிஞ்சுதா?'

'எனக்குப் பணம் போதும்! என் முகம் யாருக்கும் தெரிய வேணாம்!'

பிரும்மநாயகத்தின் செய்கை வாசுவுக்குப் புரியவில்லை. எதேச்சையாக வந்தவரை தேர்தலில் நிற்க வைப்பதற்கு என்ன காரணம்? பம்பாயிலிருந்து வந்திருக்கும் முகவரியே இல்லாத ஒருவரை, அந்தத் தென்னார்க்காடு தொகுதியில் எப்படி ஏற்றுக் கொள்வார்கள்? கட்சி நலனில் தீவிர அக்கறை கொண்ட பிரும்ம நாயகம், பழைய நண்பரைக் கண்டு உணர்ச்சிவயப்பட்டு முடிவு

எடுத்துவிட்டாரா? பிரும்மநாயகத்தை அவன் அறிந்த வரையில், எளிதில் உணர்ச்சிவயப்படக் கூடியவரல்லர்.

நேற்று தணிகையைப் பார்த்ததும் பிரும்மநாயகம் சற்றுக் கலவர மடைந்தார் என்பதில் சந்தேகமில்லை. முதலில் விடுதிக்குத் திரும்பிப் போவதாக இருந்தவர் ஏன் போகவில்லை?

யார் பார்க்க வந்தாலும் தம்மை ஆரம்பத்திலேயே நிலைநாட்டிக் கொள்ளும் பிரும்மநாயகம், நேற்றிரவு தணிகையைக் கண்ட வுடன் கொஞ்சம் பதுங்கியது போல் தோன்றியது. தணிகையின் ஆதிக்கம் வெளிப்படையாகத் தெரிந்தது.

இன்று தணிகை எதிர்பாராத சமயத்தில் அவரை அதிர்ச்சிக் குள்ளாக்கும் ஒன்றைச் சொல்லி, அவரைத் தடுமாறச் செய்து, தம் ஆதிக்கத்தை மீண்டும் ஸ்தாபித்துக் கொண்டு விட்டார் பிரும்ம நாயகம். அவருடைய இயல்பான தன்னம்பிக்கை அவரை மீண்டும் வந்தடைந்து விட்டது.

பிரும்மநாயகம் மிகச் சாதாரணமாக இருந்த காலத்தில், எல்லா மனித பலகீனங்களுக்கும் உட்பட்டிருந்த காலத்தில், தணிகை அவருக்கு நண்பராக இருந்திருக்கிறார். தம்முடைய அந்தக் காலத்திய முகம் மற்றவர்களுக்குத் தெரிய வேண்டாமென்பதற் காகத்தான், தணிகையை விலைக்கு வாங்கிவிட விரும்புகிறாரா?

தணிகை தன் விலையைக் கூறிவிட்டார். பணம் போதும், பதவி வேண்டாம் என்கிறார்.

வாசுவை இன்னொரு விஷயமும் ஆச்சரியத்தில் ஆழ்த்தியது. அதுதான் பிரும்மநாயகம் தணிகையிடம், நீ என்னோட அந்த காலத்து தோஸ்த் என்று கூறியது. அவர் இந்த வார்த்தையை உப யோகிப்பாரென்று அவன் எதிர்பார்க்கவில்லை. அப்படியானால் இருவரும் பம்பாயில் நண்பர்களாக இருந்தார்களா? அவன், தணிகையை, அவரும் பிரும்மநாயமும் ஒரே ஊரைச் சேர்ந்தவர் களா என்று கேட்டதற்கு 'அப்படித்தான் வச்சுக்கோயேன்!' என்று அவர் பதில் கூறியது, அவன் நினைவுக்கு வந்தது. ஏன் வைத்துக் கொள்ள வேண்டும், இல்லையென்று அர்த்தமா?

'தணிகை, நான் சொல்லறதைக் கேளு. உனக்குள்ளாற இருக்கிற திறமையை வெளிக்கொணரணும்னுதான் என் எண்ணம். உன் வாழ்க்கையை இதுவரையில் வீணடிச்சுட்டிருக்கே. உன்னைச்

சமூகத்திலே ஒரு பெரிய ஆளாக்க வேண்டியது - என் பொறுப்பு. என் கடமை! புரிஞ்சுதா?' என்று பிரும்மநாயகம் சொல்லிக் கொண்டிருந்தார்.

'என் பேரில் உனக்கென்னப்பா இத்தனை கரிசனம்? எனக்குக் கொஞ்சம் பயமாகவே இருக்கு!'

'அரசியல்லே பயப்பட என்ன இருக்குது? உனக்கு ஆதரவு தர நான் இருக்கேன். அதுதான் உன் பலம்!'

'நான் அரசியலைக் கண்டு பயப்படலே. உன் ஆதரவைக் கண்டுதான் பயப்படறேன்!'

பிரும்மநாயகம் உரக்கச் சிரித்துக்கொண்டே தணிகையின் முதுகைத் தட்டியவாறு கூறினார்: 'என் ஆதரவுக்காக எல்லாரும் காத்துக்கிட்டிருக்காங்க. நான் அதை உனக்குச் சுலபமா தர்றேன். உனக்கு அரசியலைப் பத்தித் தெரிஞ்சாத்தான் என் ஆதரவோட முழு அர்த்தமும் உனக்குப் புரியும்!'

'உன் கட்சியிலே இருக்கிறவங்க என்னை ஒத்துப்பாங்களா? எனக்கென்ன தகுதி இருக்குது, நான் வன்னியன்கிறதைத் தவிர.'

'அது பெரிய தகுதி. நீ நிக்கப் போற தொகுதியிலே கட்சியிலே இருக்கிறவங்களுக்கு நான் சொல்றதைத் தட்டிப் பேச தைரியம் கிடையாது.'

'இவர் பேரு அங்கே வோட்டர்ஸ் லிஸ்ட்லே இருக்குமா?' என்று கேட்டான் வாசு.

'அவசியமில்லே... இவர் இந்தியக் குடிமகன். எங்கே வேணு மானாலும் நிக்கலாம்.'

'குடி மகன். அது உண்மைதான்!' என்று புன்னகை செய்து கொண்டே கூறினார் தணிகை.

'இதோ பாரு, இன்னொரு விஷயம். உன் பழக்கத்தையெல்லாம் நீ விட்டுடணும். மக்கள்கிட்டே மதிப்பு ஏற்படணும்னா இது ரொம்ப முக்கியம்!'

'உன் கட்சி என்ன கட்சி, காந்தி கட்சியா!'

'என்ன கட்சியா இருந்தா என்ன? தலைவனா இருக்கணும்னா அதுக்கு வேண்டிய தகுதியைச் சொன்னேன்.'

'உன் கட்சியிலே யாருமே குடிக்கமாட்டாங்களா?'

'நீ ஆரம்பிச்சா எப்ப முடிக்கிறதுன்னு உனக்குத் தெரியாது. அத னால்தான் சொல்றேன், குடிக்கவே வேணாம்னு. குடிக்கிறவங்க யாரும் அரசியல்லே நிலைச்சு நிக்க முடியாது.'

'எனக்கொண்ணும் அப்படிப்பட்ட ஆசையெல்லாம் இல்லை. பணம் வந்தா குடிக்கணும், அவ்வளவுதான். என்னை அரசியல் வாதியா ஆக்கணுங்கிற வீண் ஆசையெல்லாம் உனக்கு வேணாம். நாம பம்பாயிலே இருந்தப்போ...'

'நான் எங்கேப்பா பம்பாயிலே இருந்தேன். ஏதானும் உளறிக் கிட்டிருக்காதே!'

'ஆமாமாம். நீ எங்கே பம்பாயிலே இருந்தே? எனக்கு மறந்து போச்சு!'

பிரும்மநாயகம் பம்பாயிலிருந்திருக்கிறார்.

அப்பொழுது டெலிஃபோன் ஒலித்தது.

வாசு எழுந்து சென்றான்.

ஒரு கட்சிப் பிரமுகர் பிரும்மநாயகத்துடன் பேச விரும்புகிறார்.

வாசு பிரும்மநாயகத்திடம் வந்து தகவலைச் சொன்னான்.

பிரும்மநாயகம் எழுந்து சென்றார். வாசு வழக்கப்படி எக்ஸ் டென்ஷனை நோக்கிச் சென்றான். அவர் தேவையில்லை என்று சொன்னாலொழிய, உரையாடலைக் குறிப்பெடுக்க வேண்டியது அவன் வேலை.

'என்னங்க இது?'

'எது!'

'வேதமூர்த்தி விவகாரம்!'

'ஒரு விவகாரமுமில்லே. அவர் நின்னா ஜெயிப்பாரான்னு எனக்குத் தோணலே!'

'ஏன் அப்படிச் சொல்றீங்க!'

‘என் கணக்கு தப்பாகப் போகாதுங்கிற நம்பிக்கை உங்களுக் கிருக்கா இல்லையா?’

‘இருக்குதுங்க. அவருக்கு நாம கொடுத்த வாக்குறுதி என்னாவது?’

‘பெரிய வாக்குறுதி! தேர்தல் போது நாம கொடுக்கிற வாக்குறுதி களையெல்லாம் நம்மாலே காப்பாத்த முடியலே. ஒரு தனிப் பட்ட ஆளுக்குக் கொடுக்கிற வாக்குறுதியா முக்கியம்?’

‘நீங்களே இப்படிச் சொன்னா எப்படி? வேதமூர்த்தி ரொம்பக் கோபமா இருக்காருங்க. யாரோ ஒரு புதுமுகத்தை நிக்கவைக்கப் போறீங்களாமே? யார் அவரு?’

‘தணிகைன்னு பேரு. வன்னியர். நல்லா படிச்சவரு. அடக்கமான குணம். ஒரு கெட்ட பழக்கமும் கிடையாது. இந்த மாதிரி ஆளுக இருந்தாதான், நம்ம கட்சியைப்பத்தி மக்கள்கிட்டே ஒரு நல்ல பேர் கிடைக்கும். இப்ப இருக்குது பாருங்க, ஒவ்வொருத்தனுக் கும் ஒரு சின்ன வீடு. வெட்கக்கேடா இருக்குது!’

பேசிக்கொண்டிருந்த கட்சிப் பிரமுகருக்கு இரண்டு சின்ன வீடுகள் இருந்தன என்பது வாசுவின் ஞாபகத்துக்கு வந்தது. பிரும்மநாயகம், அவரை அவருடைய பலகீனமான இடத்தில் தாக்குகிறார்.

‘வேதமூர்த்தி அந்த மாதிரியெல்லாம் இல்லீங்க. ஒரு புது ஆளைக் காட்டிலும், அவருக்கு நிச்சயமா ஜெயிக்க வாய்ப்பு இருக்குது. இப்ப அவரு இன்னொரு கட்சிச் சார்பிலே நின்னு ஜெயிச்சார்னா அதுதான் நமக்கு வெட்கக்கேடா இருக்கும். அவங்க அவரை நிறுத்திவைக்கத் தயாரா இருக்காங்கன்னு அவர் சொன்னாரு.’

‘அதையும் பாத்துடலாம்.’

‘தயவு செய்து பிடிவாதமா இருக்காதீங்க. இந்தப் புது ஆள்கிட்டே பண வசதி எப்படி?’

‘கொழுத்த பணக்காரரு. எத்தனை வேணுமானாலும் செலவு செய்வாரு!’

‘வியாபாரமா?’

‘ஆமாம்.’

'எங்கே?'

'பணக்காரர்னா விடுங்க! எங்கே வியாபாரம், என்ன வியாபாரம் - இதெல்லாம் என்ன அநாவசியக் கேள்வி? அந்த டிராக்டர் கம்பெனிக்காரனுக்கு மந்திரிகிட்டே பேசி ஏதோ காரியம் செய்து கொடுத்தீங்களே! அது என்ன காரியம், ஏது காரியம்னு நான் ஏதாவது உங்களைக் கேட்டேனா?'

எதிர்ப்புறத்தில் சில விநாடிகள் மௌனம்.

'நான் சொல்லிக்கிட்டிருக்கிறது புரியுதா? நான் கட்சியிலே தணிகை பேரை ப்ரபோஸ் செய்யறப்போ ஒரு எதிர்ப்பும் இருக்கக் கூடாது. அதைப் பாத்துக்க வேண்டியது உங்க வேலை, புரிஞ்சுதா?'

'புரியுதுங்க!'

5

தணிகையை வேட்பாளராக பிரும்மநாயகம் கட்சியில் ஏற்றுக் கொள்ளச் செய்த பிறகு, வாசுவின் வேலை அதிகரித்தது.

கட்சிப் பத்திரிகைகளில் தணிகை பேரில் பல கட்டுரைகள் வெளிவந்தன. 'தென்னார்க்காடு மாவட்டத்தின் குடிநீர்ப் பிரச்னை', 'தென் னார்க்காடு மாவட்டத்தில் மூன்று போகம் சாத்தியமா?', 'தென்னார்க்காடு மாவட்டத் தில் குடிசைத் தொழில் வளர்ச்சிக்குச் சில யோசனைகள்', 'விலங்கிலிருந்து உருவாகிய முதல் மனிதன் தோன்றியது தென்னார்க் காட்டிலா?'

இக்கட்டுரைகளை எழுதுவதற்கு வாசு மிக வும் சிரமப்பட வேண்டியதாயிற்று. வாசு முதலில் இக்கட்டுரைகளை எழுதச் சம்மதிக்க வில்லை. 'என்னாலே எப்படிங்க எழுத முடி யும்? புள்ளி விவரங்கள் வேணாமா?', 'நான் புள்ளி விவரம் தரேன். அத வச்சுக்கிட்டு, உன் கற்பனைக்கு வேலை கொடு. எத்தனையோ கதை எழுதியிருக்கேங்கிற, இதுவா முடி யாது?', 'என்னாங்க இது, முதல் மனுஷன் உருவானது தென்னார்க்காட்டிலா, யார்

நம்புவாங்க?', 'நம்பும்படியா செய்ய வேண்டியது உன்வேலை. அங்கேயிருக்கிற பாறைக்கு இத்தனை வயசு, பள்ளத்துக்கு அத்தனை வயசுன்னு, ஒருத்தருக்கும் புரியாம நாலைஞ்சு இங்கிலீஷ் வார்த்தைகளையெல்லாம் போட்டுக் குழப்பி, மேலெழுத்தும் அடியெழுத்துமா ஒரு ஆராய்ச்சிக் கட்டுரை உன்னாலே எழுதவா முடியாது? இது உன் கற்பனைக்கு ஒரு சவால்மாதிரின்னு வச்சுக்க. பின்னாலே என் சுயசரிதை எழுத ஒரு பயிற்சி. அவ்வளவுதானே?', 'உங்க சுயசரிதையும் என் கற்பனைக்கு ஒரு சவாலுங்களா!' - பிரும்மநாயகம் புன்னகை செய்தார்.

அவர் தணிகையையும் சும்மா விட்டுவைக்கவில்லை. பேண்ட், சட்டையில் சௌகரியமாக இருந்தவர், வேட்டி, ஜுப்பாவுக்கு மாறும்படியாக ஆயிற்று. யார் யாரிடத்தில் எப்படி எப்படிப் பேச வேண்டுமென்று தினசரி ஒத்திகை. பொதுக் கூட்டத்தில் பேசுவதற்காகத் தினந்தோறும் ஒருமணி நேரம் பயிற்சி.

தணிகையும் ஆரம்பத்தில் தம் எதிர்ப்பைத் தெரிவித்தார். 'இதோ பாரு, எலெக்ஷன்லே நிக்கணும்னு சொன்னே, சரின்னேன். எதுக் காக இப்படி யாருக்கும் ஒண்ணும் புரியாம, வார்த்தைகளைப் போட்டுக் குழப்பிக்கிட்டு இந்த மாதிரி பேச்செல்லாம்?', 'புரியக் கூடாதுங்கிறதுதானே நோக்கம். புரிஞ்சுதா?', 'எனக்கு வேணாம், இதெல்லாம்!' பிரும்மநாயகம் அவரை விடவில்லை.

தணிகைக்கு, பிரும்மநாயகம் அவருக்காக எடுத்திருந்த வாடகை பங்களா பிடித்திருந்தது. எங்கு வேண்டுமானாலும் போவதற்கு வசதியான கார் பிடித்திருந்தது. சொன்ன வேலை செய்து முடிக்கக் காத்துக்கொண்டிருந்த வேலையாள்களைப் பிடித்திருந்தது. இறுதியாக, வேறு வழியில்லாமல், பிரும்மநாயகம் ஒப்புக் கொண்டு அனுமதி அளித்த தினசரி இரண்டு பெக் பிடித்திருந்தது. இதற்காகவே, தமது அரசியல் அவதாரத்தை ஒரு தியாகமாக அவர் ஏற்றுக்கொண்டார்.

தணிகை ஓர் ஆச்சரியமான மனிதர். பிரும்மநாயகம் அவரைப் பணக்காரரென்றும் ஒரு கெட்ட பழக்கமுமில்லாதவரென்றும் அறிமுகப்படுத்தியது பொய் என்றாலும், அவரைப் படித்தவ ரென்று சொன்னது பொய்யில்லை! பட்டம் பெற்றவர். இச் செய்தி வாசுவுக்கு மிகுந்த ஆச்சரியத்தைத் தந்தது. அந்தக் காலத் தில் பட்டம் பெற்ற இவருக்கும், படிப்பு வாசனையே அறியாத பிரும்மநாயகத்துக்கும் எத்தகைய நட்பு இருந்திருக்க முடியும்?

இருவரும், ஒருவரையொருவர் முன்னிலை ஒருமையில் விளித்துக்கொண்டதும் அவனுக்கு வியப்பைத் தந்தது. படித்துப் பட்டம் பெற்று பம்பாயில் ஒரு கேளிக்கை மனிதராக தணிகை இருந்திருக்கலாம். அப்பொழுதுதான் வாழ்க்கையைத் தொடங்கி யிருக்கக்கூடிய பிரும்மநாயகம் அவருடைய பலகீனங்களைத் தமக்குச் சாதகமாக்கிக் கொண்டாரோ என்னவோ? இதனால் ஏற்பட்ட நட்புறவே, ஒருவரையொருவர் இவ்வாறு விளித்துக் கொள்வதற்குக் காரணமாக இருக்கலாம். ஆனால் தணிகையைக் கண்டு பிரும்மநாயகம் ஏன் பயப்பட்டார்?

தணிகைக்கு ஓர் இயல்பான புத்திசாலித்தனமிருந்தது என்பதில் சந்தேகமில்லை. சொல்லுகின்ற விஷயங்களை அவரால் சுலப மாக கிரஹித்துக்கொள்ள முடிந்தது. ஆனால், அவர் பிரும்ம நாயகம் சொன்னதுபோல் வாழ்க்கையை வீணடித்துக் கொண் டிருக்கிறார்.

இத்தனை வருஷங்களாக இல்லாமல் அவர் திடீரென்று பிரும்ம நாயகத்தைத் தேடி வருவதற்கு என்ன காரணம்? தமக்கு நண்பராக இருந்த பிரும்மநாயகம் தான் தமிழ்நாட்டு அரசியலில் ஒரு பெரும்புள்ளி என்று அவர் சமீபத்தில்தான் கண்டு பிடித்திருக் கலாம். இதுவரை அவருக்கு அரசியலில் ஈடுபாடில்லை என்பதைத்தான் இது காட்டுகிறது.

வாசுவுக்கு இன்னொரு புரியாத விஷயம் - பிரும்மநாயகம், அதே தொகுதியில் டம்மி வேட்பாளராக வன்னியர் குலத்தைச் சேர்ந்த, கட்சியில் சற்றுப் பிரபலமான ஒருவரை நிறுத்தி வைத்ததுதான். தணிகைக்கு வெற்றி வாய்ப்பில்லை என்று அறிகுறிகள் தெரிந்தால், கடைசி நிமிஷத்தில் அவரைக் கைவிட்டு விடுவாரோ! அவன் இதைப்பற்றி அவரிடம் கேட்டபோது அவர் சொன்னார்: 'ஏதானும் டெக்னிகல் அப்ஜெக்ஷன் வந்திச்சின்னா, அதுக்காகத்தான்!'

'என்ன டெக்னிகல் அப்ஜெக்ஷன் எதிர்பார்க்கறீங்க?'

'நான் ஒண்ணும் எதிர்பார்க்கல. யாருக்குத் தெரியும்? எலெக் ஷனிலே எது வேணுமானாலும் நடக்கலாம். அதுக்காக நம்ம வாய்ப்பை விட்டுக் கொடுக்கலாமா? டம்மியோ கிம்மியோ ஒரு ஸ்ட்ராங் கான்டிடேட்டை நிறுத்தி வைக்கிறது நல்ல தில்லையா?'

அவர் என்ன டெக்னிகல் அப்ஜெக்ஷனை எதிர்பார்க்கிறார்? தணிகையின் பூர்வோத்திரத்தைப் பற்றி யாருக்கு என்ன தெரியும்? அவர் பம்பாயிலிருந்து வந்தவர் என்பதைக்கூட பிரும்மநாயகத்தால் சாமர்த்தியமாக மறைக்க முடிந்துவிட்டது.

திடீரென்று தணிகைக்கு ஒரு பேராசிரியர் பட்டத்தை பிரும்ம நாயகம் வழங்கியதுதான், வாசுவுக்கேற்பட்ட இன்னொரு பெரிய ஆச்சரியம்!

இன்று பேராசிரியர் தணிகை முதல் தடவையாகப் பத்திரிகை நிருபர்களைச் சந்திக்கப் போகிறார். என்னென்ன கேள்விகள் எழக் கூடும், அவர் என்னென்ன பதில் சொல்ல வேண்டுமென்று முன்கூட்டியே ஆராய்ந்து, அவரைத் தயார் செய்தாகிவிட்டது.

வாசு மணியைப் பார்த்தான். 5-45. இப்பொழுது புறப்பட்டால் தான் சரியாக இருக்கும். பிரும்மநாயகம் அவன் காரை எடுத்துக் கொண்டு தணிகையின் வீட்டுக்குப் போகலாமென்று அனுமதி வழங்கி விட்டார்.

தணிகை தடுமாறினால் அவருக்கு உதவி செய்யவேண்டியது அவன் பொறுப்பு.

அவன் தணிகையின் வீட்டையடைந்த போது, தணிகை, ஹாலில் ஒரு பலி ஆடு மாதிரி உட்கார்ந்திருந்தார்.

'என்ன இப்படிச் சோர்ந்து உட்கார்ந்திருக்கீங்க?' என்றான் வாசு.

'என்னப்பா சிவ... பிரும்மநாயகம் என்னை இப்படி ஒரு சங்கடத்திலே மாட்டி விட்டிருக்கான்?'

'என்ன சொன்னீங்க, சிவன்னு ஏதோ ஆரம்பிச்சீங்களே?'

'பிரும்மநாயகத்தைச் சொல்றேன்!'

பிரும்மநாயகத்துக்கு வேறு பெயர் இருந்திருக்கின்றதா? அல்லது சிவ என்று சொல்ல ஆரம்பித்தது, அவர் தடுமாற்ற நிலை யிலிருந்த காரணத்தினாலா? தணிகை பிரும்மநாயகம் என்று கூப்பிட்டே அவன் பார்த்ததில்லை. ஏளனமாக டாக்டர் என்று விளிக்க ஆரம்பித்தவர், பிறகு நிரந்தரமாகவே அவரை டாக்டர் என்றே குறிப்பிட்டு வந்தார். பிரும்மநாயகம் என்பது புதுப்பெயர் என்பதனாலா?

பிரும்மநாயகத்துக்கு வேறு பெயர் இருந்திருக்குமானால் ஏன் அதை மாற்றி வைத்துக்கொண்டார்?

தணிகை எழுந்திருந்தார்.

'வாசு, எனக்காக ஒரு காரியம் செய்யறயா?'

'என்ன?'

அவர் அவனருகில் வந்து, சுற்றுமுற்றும் பார்த்துவிட்டு, கீழ்க் குரலில் கூறினார்: 'ஒரு சோட்டா பெக்?'

'ஐ ஆம் ஸாரி. டாக்டருக்கு இது பிடிக்காது.'

'அப்பத்தான் எனக்கு ஒரு கான்ஃபிடன்ஸ் வரும். ப்ரெஸ் கான்ஃபரென்ஸ் பிரமாதமா அமைஞ்சுடும்.'

'இருங்க, அவரை ஃபோன் பண்ணி கேக்கறேன்.'

'அவன் முடியாதுன்னுவான், சொல்லறதைக் கேளு.'

'இல்லீங்க! அவரைக் கேக்காம கொடுத்தேன்னா எனக்கு வேலை போயிடும்.'

'அவனுக்கொண்ணும் தெரிய வேணாம். வா பேசாம என்னோட அந்த ரூமுக்கு. சாவியை எடு, ஒரு சின்ன பெக் எவிரிதிங் வில் பி ஓ. கே.'

'அவர் சொன்னா புரிஞ்சுப்பாருங்க.'

'நீ சாவியைத் தரப் போறியா இல்லையா?'

'அவரைக் கேக்காம முடியாதுங்க!'

அவர் ஒன்றும் பேசாமல் கோபத்துடன் உள்ளே போய்விட்டார்.

வாசுவுக்கு என்ன செய்வதென்று புரியவில்லை. பத்திரிகை நிருபர்கள் வந்துவிடுவார்கள். அவர் அவர்களைச் சந்திக்க மறுத்துவிட்டால்?

பிரும்மநாயகம் வீட்டில்தான் இருந்தார். ஃபோன் செய்து கேட்கலாமா?

அவர் மறுத்துவிட்டால்?

இந்த நிலைமையை எப்படிச் சமாளிப்பது?

வாசல் மணி ஒலித்தது.

நிருபர்கள் வரத் தொடங்கி விட்டனர்.

தேசிய ஆங்கில தினசரியின் நிருபர், இன்னும் இருவரோடு நின்று கொண்டிருந்தார்.

'வாங்க, வாங்க!'

அவர்கள் உள்ளே வந்து உட்கார்ந்தார்கள்.

வாசு உள்ளே சென்றான். தணிகை தம் அறையில் படுத்துக் கொண்டிருந்தார்.

'ஆள் வர ஆரம்பிச்சாச்சுங்க!' என்றான் வாசு.

'வரட்டுமே!' என்று கூறிவிட்டு மறுபுறம் திரும்பிக் கொண்டார் தணிகை.

'நீங்க வரலியா!'

'இல்லே. கான்ஸல் செய்!'

'நல்லா இருக்காதுங்க!'

தணிகை மௌனமாக இருந்தார்.

வாசலில் மறுபடியும் மணி ஒலித்தது. இன்னும் சிலர் வந்திருக்கக் கூடும்.

எப்படி அவர்களைத் திருப்பி அனுப்ப முடியும்?

ஒரே வழி. பிரும்மநாயகத்திடம் சொல்ல வேண்டியதுதான். இப்பொழுது இவருள்ள நிலையில் அவர் சொன்னாலும் இவர் கேட்க மாட்டாரென்றே தோன்றுகிறது.

வேலைக்காரன் உள்ளே வந்து அறிவித்தான். 'இன்னும் அஞ்சாறு பேரு வந்திருக்காங்க.'

'சரி, அவங்களை உட்காரச் சொல்லு. இதோ வந்துட்டோம் நாங்க!' என்றான் வாசு.

அவன் வெளியே போனதும், சாவியை அவன் அவரிடம் கொடுத்தான்.

'கெஞ்சிக் கேட்டுக்கறேன். ஒரு பெக்குக்கு மேலே வேணாம்! நான் அவங்களோட பேசிக்கிட்டிருக்கேன். சீக்கிரம் வாங்க!'

ஆங்கிலப் பத்திரிகைகளிலிருந்து ஓரிருவர்தான். மற்றவர்கள் தமிழ்ப் பத்திரிகைக்காரர்கள். ஒரு புதுமுகத்தை அறிந்துகொள்ள வேண்டுமென்ற ஆவல். கூப்பிட்டிருந்தவர்களில் பெரும் பான்மையோர் வந்துவிட்டார்கள்.

'ஏதோ அவசரமான டிரங்க் கால் பேசிக்கிட்டிருக்காரு, வந்திடு வாரு!' என்றான் வாசு.

'நீங்க பிரும்மநாயகம் செகரெட்ரியில்லே?' என்றார் ஒருவர்.

'ஆமாம்.'

'பிரும்மநாயகமும் வந்திருக்காரா!'

'இல்லே.'

வேலைக்காரன் எல்லாருக்கும் ஒரு தட்டில் ஜூஸ் கொண்டு வந்தான்.

எல்லாரும் எடுத்துக் கொண்டார்கள்.

'தணிகை பொருளாதாரத்திலியா பேராசிரியரா இருந்தாரு?'

'அவருக்குத் தெரியாத சப்ஜெக்டே கிடையாதுங்க. இலக்கியம், வரலாறு, தத்துவம் எல்லாத்தையும் கரைச்சுக் குடிச்சவரு!' என்றான் வாசு.

'அவர் எழுத்திலியே தெரியுது.'

'அவருக்குப் பேச்சிலே நம்பிக்கை கிடையாது. காரியத்திலே செய்து காட்டணும்னு விரும்புகிறவரு. டாக்டர் பிரும்மநாயகந் தான் அவரை வற்புறுத்தி அரசியலுக்குக் கொண்டு வந்திருக்காரு.'

'அரசியல்லே அவருக்கு நம்பிக்கை இல்லையா?'

'அப்படியில்லீங்க. ஒரு ஒதுங்கிப் போற சுபாவம். பிரும்ம நாயகந்தான், என்ன இப்படி படிச்சவங்கல்லாம் ஒதுங்கிப்

போனா நாட்டோட கதி என்னாவறதுன்னு, கட்டிப் பிடிச்சு இழுத்துக்கிட்டு வந்திருக்காரு.'

'அவர் எங்கே பேராசிரியரா இருந்தார்?'

'பல இடங்கள்லே. அமெரிக்கா, ஆஸ்திரேலியா உலகம் பூரா சுத்தியிருக்காரு!'

தணிகை வந்தார். அவர் முகத்தில் புன்னகை.

'வணக்கம்.'

'வணக்கம், உட்காருங்க.'

'நீங்க தென்னார்க்காடு தொகுதியைத் தேர்ந்தெடுக்க என்ன காரணம்?'

'ஏதானும் ஒரு தொகுதியிலே நிக்கணும். அது தென்னார்க்காடாயிருந்தா என்ன, வட ஆற்காடாயிருந்தா என்ன? நீங்க வேணாங்கிறீங்களா, ஒதுங்கிடறேன். அவ்வளவுதானே!'

இதை ஒரு நகைச்சுவையாக எடுத்துக்கொண்டு எல்லாரும் சிரித்தது, வாசுவுக்கு நிம்மதியாக இருந்தது.

'தென்னார்க்காடு மாவட்டத்திலே வறுமைக் கோட்டுக்குக் கீழே இருக்கிறவங்களுக்குப் பயன்படும்படியா ஏதாவது திட்டம் வச்சிருக்கீங்களா?'

'கோட்டை அழிச்சுடுங்க, அவ்வளவுதானே!'

மறுபடியும் எல்லாரும் சிரித்தார்கள்.

'தமிழ்நாட்டிலே சரியான குடிநீர் வசதிகூட இல்லாம இருக்கிறவங்க சதவிகிதம் தெரியுமா உங்களுக்கு? அவங்களுக்கு என்ன செய்யப் போறீங்க?'

'குடிநீர் கொடுப்பேன்.'

சிரிப்பலை. கேள்வியைக் கேட்டவர் சற்று ஆக்ரோஷத்துடன், 'அவங்களுக்குத்தான் குடிநீர் கூட கிடைக்கலேங்கிறேனே!' என்றார்.

'சாராயம் கொடுங்க!'

வாசு திடுக்கிட்டான். இந்த நிலைமையை எப்படிச் சமாளிப்பது?

'அரசாங்கத்துக்கு உங்க சிபாரிசு இதுதானா?'

'என் சிபாரிசு இல்லேய்யா. அரசாங்கம் இதைத்தானே இப்ப செய்துகிட்டு வருது? மூலைக்கு மூலை கள்ளுக் கடை தெரிஞ்சோ தெரியாமலோ நடந்துகிட்டுதானே இருக்குது? ஒரு ஆரோக்கியப் பொருளாதாரத் திட்டம் இருந்தா இது நடக்குமா? சாராயக் கடையை மூடிட்டா மனுஷன் குடிக்காமலா இருக்கப் போறான்? குடிக்கிறவன் என்னிக்கும் குடிச்சுக்கிட்டுத்தான் இருப்பான். சாராயக் கடையை மூடிட்டு, விஸ்கி பிராந்தி கடையைத் திறந்து வச்சிருக்கிறது என்ன நியாயம்? மக்களுக்குக் குடிக்க நீர் கொடுங்க, நீர்மோர் கொடுங்க, பால் கொடுங்க, பாயஸம் கொடுங்க, இதுதான் என் சிபாரிசு அரசாங்கத்துக்கு. நீங்க ஜூஸ் குடிச்சிங்களா?'

நிருபர்கள் ஒருவரையொருவர் பார்த்துக் கொண்டார்கள்.

'நீங்க, விலங்கிலிருந்து உருவாகிய முதல் மனிதன் தென்னார்க் காட்டைச் சேர்ந்தவன்னு எழுதியிருக்கீங்களே! இதை விஞ் ஞானப் பூர்வமா உங்களாலே நிலைநாட்ட முடியுமா?'

தணிகை சிறிது நேரம் கண்களை மூடிக்கொண்டு பேசாமல் உட்கார்ந்திருந்தார்.

ஒரே மடக்கில் அரை பாட்டிலைக் காலி செய்து விட்டாரோ என்ற சந்தேகம் வாசுவுக்கு ஏற்பட்டது.

பிறகு கண்களைத் திறந்து வினவினார்: 'என்ன கேட்டீங்க?'

கேட்டவர் கேள்வியைத் திருப்பிச் சொன்னார்.

'நீங்க தமிழர்தானே?'

'ஆமாம்.'

'உலகத்திலே தோன்றிய முதல் மொழி தமிழ் இல்லேன்னு சொன்னீங்கன்னா, நீங்க தமிழர்னு நான் சொல்லமாட்டேன், தமிழ் எதிரி!'

'அதனாலே?'

'உலகத்திலே தோன்றிய முதல் மொழி தமிழ்னா, அதை யார்யா பேசியிருப்பான்? முதல் மனிதன்தான். தென்னார்க்காடு பாறை களைப் போய்ப் பாருங்க. எல்லாம் தமிழ் எழுத்து. இப்ப புரியுதா?'

'அங்கே பாறைகள்லே எங்கே எழுத்து இருக்குது?'

'பாறைகள்லே தெரியறது கீறல்னு நினைச்சிருப்பீங்க. அதான் இல்லே. பழங்காலத்து. தமிழ் மொழியோட எழுத்துகள். விறாலி போத்ராவ்ங்கிற ரஷ்ய அறிஞர் கம்ப்யூட்டர் மூலமா கண்டுபிடிச் சிருக்காரு. அமெரிக்காவிலும் இதைப்பத்தி ஆராய்ச்சி செய்து கிட்டு வர்றாங்க.'

'அந்த ரஷ்ய அறிஞர் பேரு என்ன சொன்னீங்க?'

'என்னப்பா சொன்னேன், வாசு?'

'விறாலி போத்ராவ்.'

'வாசு ரொம்ப கெட்டிக்காரப் பையன். ஒரு தடவை சொன்னா அப்படியே லபக்னு பிடிச்சுப்பான். தம்பி வாசு! இவங்களுக் கெல்லாம் இன்னொரு ரவுண்ட் ஜுஸுக்கு ஏற்பாடு பண்ணு. நான் இதோ வர்றேன்.'

அவர் எழுந்து உள்ளே போய்விட்டார்.

6

தணிகை நிருபர்களைச் சந்தித்தது பத்திரிகை உலகில் ஒரு பெரிய பரபரப்பை உண்டாக்கி யது. தேசிய ஆங்கில தினசரி இந்தப் பேட்டியைப் பற்றிச் சொல்வதற்கொன்று மில்லை என்று மௌனமாகி விட்டது. கட்சிப் பத்திரிகைகள் தணிகையை ஒரு மாபெரும் சிந்தனையாளர் என்றும், நகைச் சுவையாளர் என்றும் சித்திரித்துப் பக்கம் பக்க மாக எழுதித் தள்ளின. கட்சிப் பத்திரிகை களையே விவிலிய நூலாகக் கண்ட தொண் டர்களின் கற்பனையில், ஒரு புதிய அரசியல் அவதாரம் உதயமாயிற்று.

வாசுவால், பிரும்மநாயகத்தைப் பேட்டி நடந்த அன்றிரவு சந்திக்க முடியவில்லை.

அடுத்த நாள் பத்திரிகைச் செய்திகளைப் படித்துவிட்டு பிரும்மநாயகம் வாசுவிடம் சொன்னார்: தணிகையைப் பத்திப் பிரமாதமா வந்திருக்குதே பாத்தியா?'

வாசுவுக்கு நிம்மதியாக இருந்தது. அவன் தணிகைக்குச் சாவியைக் கொடுத்தது பற்றி பிரும்மநாயகத்துக்கு இனி தெரியப்போவ தில்லை.

'ஆமாங்க, கொன்னு எறிஞ்சிட்டாரு!' என்றான் அவன் பிரும்ம நாயகத்திடம்.

அவர் தீவிர சிந்தனையில் ஆழ்ந்திருந்தார். முகத்தில் லேசாகக் கவலையும் தெரிந்தது. தமக்குப் போட்டியாக தணிகை வந்து விடுவாரோ என்ற பயமோ?

'அவங்க என்ன கேள்வி கேட்டாங்க. இவன் என்ன பதில் சொன்னான்?' என்றார் சிறிது நேரத்துக்குப் பிறகு.

வாசு நடந்ததைச் சொன்னான்.

'மனசுக்குத் தோணியபடி பேசியிருக்கான். அதுக்கா இப்படிக் கை வச்சு, கால் வச்சு விளம்பரப்படுத்தியிருக்காங்க!'

'பத்திரிகைக்காரங்களை ஒண்ணும் சொல்ல முடியாதுங்க, எப்படிப் பாக்க விரும்புறாங்களோ அப்படிப் பாப்பாங்க. பழைய முகங்க அலுத்துப் போச்சு. புது முகங்களைத் தேடறாங்க.'

'என்னைக் கண்டும் அலுத்துப் போச்சுன்னு சொல்றயா?'

'உங்களை இல்லீங்க. பொதுவா!'

'நீ என்ன நினைக்கறே? ஒரு ரகஸ்யத்தை தணிகையாலே மனசிலே வச்சுக் காப்பாத்த முடியும்னு உனக்குத் தோணுதா?'

'என்ன ரகஸ்யம்?'

'ஒரு ரகஸ்யமுமில்லே. பொதுவா, நம்ம கட்சி அரசாங்கத்தையே இப்படிக் காலை வாரி விட்டிருக்கானே!'

'ஒரு குறிப்பிட்ட கொள்கைக்காகத் தாக்கியிருக்காரு, அவ்வளவு தானே!'

பிரும்மநாயகம் அவனுடன் இதைப் பற்றி விவாதித்த பிறகு வெளியூருக்குப் போய்விட்டார். சாதாரணமாக எங்கு போனா லும் அவனிடம் சொல்லிவிட்டுப் போகும் அவர், இந்தத் தடவை சொல்லவேயில்லை.

அலுவலக அறையில் உட்கார்ந்துகொண்டு யோசித்த நிலையி லிருந்த வாசுவுக்கு, அவர் செய்கை ஒரு புதிராக இருந்தது. எங்கு போயிருப்பார்? அவருக்குச் சுற்றுப்பயணத் திட்டம் ஏதுமில்லை.

ஃபோன் ஒலித்தது.

தணிகை.

'வாசு, டாக்டர் இருக்காரா?'

'இல்லீங்களே, வெளியூருக்குப் போயிருக்காரு.'

'எங்கே?'

தனக்குத் தெரியாது என்று அவன் சொல்லிக்கொள்ள விரும்ப வில்லை.

'சேலத்துக்கு.'

'நீ இங்கே கொஞ்சம் வர முடியுமா?'

'என்ன விஷயம்?'

'வா சொல்றேன்.'

அவர் குரலில் பதற்றம் தெரிந்தது.

'சரி, வரேன்.'

அவன் போனபோது, அவர் ஹாலில் முகம் பீதியடைந்த நிலை யில் உட்கார்ந்திருந்தார்.

'என்னங்க ஆச்சு?'

'இந்த எலெக்ஷனும் வேணாம், ஒண்ணும் வேணாம். நான் மறுபடியும் பம்பாய்க்கே போயிடறேன்.'

'ஏங்க?'

'டாக்டர்கிட்ட பணத்தை வாங்கிக்கிட்டு ஊருக்குப் போய்ச் சேர் றேன். எப்ப வருவான் அவன்?'

'பணமா, எதுக்குங்க?'

'எதுக்கா? என்கிட்டே பணமில்லே. அதுக்காக நான் அவனைப் பணம் கேக்கத்தான் வந்தேன். அவன் என்னை அரசியல்வாதி ஆக்கப் பாக்கறான். எனக்கு இதெல்லாம் தோதுப்படாது. இந்த பங்களாவுலே நான் ஒரு கைதி. எனக்குப் பிடிக்கலே!'

அவர் பையிலிருந்து ஒரு கடிதத்தை எடுத்துக் கொடுத்தார்.

‘இதைப் படி.’

வாசு கடிதத்தைப் பிரித்தான்.

ஒரு மிரட்டல் கடிதம். ‘எங்கள் பெருந்தலைவர் வேதமூர்த்திக்குக் கிடைக்க வேண்டிய வாய்ப்பைத் தட்டிக்கொண்டு போகப் பார்க்கிறாயா? உன் உயிரைக் காப்பாற்றிக்கொள்ள விரும்பி னால், தேர்தலில் நிற்காதே.’

கையெழுத்து ஏதுமில்லை.

‘இதைக் கண்டு பயப்படாதீங்க. போலீஸ்லே லெட்டரைக் கொடுங்க. அவங்க கவனிச்சுப்பாங்க.’

‘போலீசும் வேணாம், ஒண்ணும் வேணாம். நான் எலெக்ஷன்லே நிக்கப் போறதில்லை. எனக்கு வேண்டியது, குட்டி, புட்டி ரெண்டுந்தான். பேரு, புகழ் இதெல்லாம் எனக்கு ஒண்ணும் தேவையில்லே. நான் ஆரம்பத்திலேயே அவன்கிட்டே சொன் னேன். பணம் கொடுப்பா போதும்னு அவன் கேட்கலே. எனக்கு நல்லது செய்யறதா நினைச்சுக்கிட்டு, இந்தக் குழப்பத்திலே என்னை மாட்டிக்க விட்டிருக்கான். நல்லது செய்ய நினைச்சானா, இல்லாட்டி? அதான் எனக்குப் புரியலே!’

‘ஏன் அப்படிச் சொல்றீங்க?’

‘உனக்குச் சிவா... டாக்டரைப் பற்றி ஒண்ணும் தெரியாது. ஓர் ஆழமான ஆளு.’

‘அவருடைய பழைய பேரு என்னங்க?’

தணிகை அவனை உற்றுப் பார்த்தார்.

‘என்ன கேக்கறே?’

‘டாக்டரோட பழைய பேரு என்ன?’

‘பிரும்மநாயகம்தான்.’

‘இல்லே. என்னை நம்புங்க. அவர்கிட்டக்கூட நான் சொல்ல மாட்டேன்.’

தணிகை சிறிது நேரம் பேசாமலிருந்தார்.

‘சொல்ல விருப்பமில்லேன்னா, வேணாம்.’

‘சிவஞானம்.’

‘பம்பாயிலே இருக்கிறப்போவா?’

‘அவன் பம்பாயிலே எங்கேப்பா இருந்தான்?’

‘இருந்திருக்காரு. எனக்குத் தெரியும்!’

‘எப்படித் தெரியும்?’

‘அவரே ஒரு சமயம் சொல்லியிருக்காரு!’

‘அப்படியா?’

அவர் மீண்டும் மௌனமாகி விட்டார்.

அவரை வற்புறுத்திக் கேட்க வாசு விரும்பவில்லை. அவனுக்குத் தெளிவாகிவிட்டது. பிரும்மநாயகம் பம்பாயில் இருந்திருக்கிறார். அவர் பெயர் சிவஞானம்.

இச்செய்திகளை அவர் மறைக்க விரும்புகிறார்.

ஏன்?

‘நீங்க மனசு ரொம்ப உடைஞ்ச மாதிரி இருக்குது!’ என்றான் வாசு.

‘நான் எதுக்காகப்பா எனக்கே பிடிக்காத விஷயத்திலே ஈடுபட்டுச் சாகணும், சொல்லு.’

‘நீங்க இப்ப இப்படிச் சொன்னீங்கன்னா டாக்டர் உடைஞ்சு போயிடுவாரு. அவருக்கு இது கௌரவப் பிரச்னையாயிடும். எத்தனையோ எதிர்ப்புகளைச் சமாளிச்சு அவர் உங்களை நிக்க வச்சிருக்காரு.’

‘எதுக்காக இந்த வேதமூர்த்தியை முதல்லே நிக்கச் சொன்னான். அவரு வன்னியரில்லேன்னு அவனுக்குத் தெரியாதா? அப்புறம் திடுதிப்புனு என் பேரைச் சொன்னான். முதல் நா ராத்திரி இதைப் பத்திப் பேசிக்கிட்டிருக்கிறப்போ கூட, என்னை நிக்கறயா இல்லையான்னு ஒண்ணும் கேக்கலே. அந்த டம்மி! ஆனா, அவரும் ஒரு ஸ்ட்ராங் ஆளாமே? என்னையும் கடைசி நிமிஷத்திலே வாரிவிட்டுட மாட்டான்னு என்ன நிச்சயம்? எல்லாம்

கிடக்குன்னு, பாரு இப்ப இந்த லெட்டர் வேற. மனசு உடையாம என்னய்யா செய்யும்?'

'மனசுக்குத் தெம்பா ஒரு 'சோட்டா பெக்?'

தணிகை அவனை ஆச்சரியத்துடன் நோக்கினார்.

'மனசு தெளிவாகிட்டா இந்த மாதிரி பூச்சாண்டி காட்ற லெட்டர்களைக் கண்டு பயப்படமாட்டீங்க!'

'அப்ப என் ரூமுக்குப் போகலாம், வா.'

தான் செய்வது சரியா? பிரும்மநாயகத்துக்குத் தெரிந்துவிட் டால்? இங்கு வேலை செய்கின்றவர்கள் அனைவரும் அவ ருடைய ஆட்கள்.

சூடாக உள்ளே இறங்கியதும், பல உண்மைகள் வெளிவரக் கூடும். பிரும்மநாயகத்தின் சுயசரிதையை எழுதுகின்றானோ இல்லையோ, அவர் வாழ்க்கை வரலாற்றை அடிப்படையாக வைத்துக்கொண்டு ஓர் அருமையான கற்பனைப் படைப்பைச் சிருஷ்டிக்கக் கூடும்.

அவன் சாவியை அவரிடம் கொடுத்தான்.

'உனக்கு?' என்றார் அவர்.

'எனக்கு வேணாம்.'

'சும்மா குடி, தம்பி.'

'வேணாங்க. எனக்கு ஒரு மனச்சுமையுமில்லே.'

அவர் அலமாரியைத் திறந்து பாட்டிலை எடுத்தார். தம்ளரை எடுத்து ஒரு பெக் ஊற்றிக் கொண்டார்.

வாசு, கிச்சனுக்குச் சென்று ஃப்ரிட்ஜினின்றும் ஐஸ்ட் ரேயை எடுத்தான்.

'என்னங்க, இப்பவே ஆரம்பிச்சுட்டாரா, பகல் வேளையிலே!' என்றான் சமையல்காரன்.

'ஏதோ மனசு உடைஞ்சு கிடக்கிறாரு. ஐயாவுக்குத் தெரிய வேண்டாம்.'

அவன் புன்னகை செய்தான்.

வாசு உள்ளே போனபோது, அவர் அந்த ஒரு பெக்கை அப்படியே குடித்துவிட்டு, இன்னொரு பெக் ஊற்றிக் கொண்டிருந்தார்.

'என்னங்க?' என்றான் வாசு.

அவன் ஐஸ் கட்டிகளை உடைத்துத் தம்ளரில் போட்டான்.

'இப்பத்தான் தொண்டை நனைஞ்சு, மனசு லேசாயிட்டு வருது!' என்றார் அவர் சிரித்துக்கொண்டே.

வாசு கட்டிலில் உட்கார்ந்தான்.

'நீ குடிக்கறதே இல்லையா?'

'இல்லீங்க.'

'கெட்ட பழக்கந்தான். விட முடியலே.'

'டாக்டரும் குடிச்சுக்கிட்டுதான் இருந்தாருங்கிறீங்க, அவர் விடலியா?'

'நான் எங்கே சொன்னேன்?'

'அன்னிக்கு நீங்கதானே சொன்னீங்க! ஒரு காலத்திலே அவரு ஒரு பாட்டிலை ஒரு சாயந்தரத்துக்குள்ளே காலி பண்ணிடுவார்னு!'

'ஒரு காலத்திலே! ஆமாம். அப்பயிருந்த சிவஞானமான்னு இப்ப தோணுது. பணமும், பவிசும் வந்தாலே ஆளுக எப்படி மாறிப் போயிடறாங்க!'

'இப்ப ரொம்ப மாறிட்டாருங்களா?'

'நிச்சயமா மாறிட்டான். கிராமத்திலேர்ந்து அப்ப பம்பாய்க்கு நேரே ஓடி வந்தவன். படிப்பும் கிடையாது, நாசுக்கும் தெரியாது. எப்படி இருந்திருப்பான், யோசித்துப் பாரு! நான் வேலை செய்த ஃபாக்டரியிலே சாமானை ஏற்றி இறக்கிற வேலை. தினக்கூலி.'

'நீங்க என்னவா இருந்தீங்க?'

'இந்த ஆளுகளுக்குச் சம்பளத்தை எண்ணிக் கொடுக்கிற வேலை.'

‘எப்படி ரெண்டு பேரும் சிநேகமா ஆனிங்க?’

‘நம்மூர்ப் பையன். என் வேலையிலே எப்படிப் பணம் பண்ண முடியும்னு அவன்தான் எனக்குச் சொல்லிக் கொடுத்தான். படிப்பு இல்லயே தவிர, திட்டம் போடறதிலே கில்லாடி.’

‘என்ன திட்டம்?’

‘எத்தனையோ திட்டம். எல்லாத்தையும் உன்கிட்டே சொல்லிக் கிட்டிருக்க முடியுமா?’

‘சொல்ல விருப்பமில்லேன்னா வேணாங்க.’

‘நீ எப்படி இவன்கிட்டே வேலைக்கு வந்தே?’

அவர் தம் சுயசரிதையை எழுத விரும்பியதைப் பற்றி இவரிடம் சொல்லலாமா? அவர் யாரிடமும் சொல்லக் கூடாதென்றிருக் கிறார். சொன்னால், ஒருவேளை இவர் அவரைப் பற்றிப் பல தகவல்களைத் தரக் கூடும்.

அவர் இன்னொரு பெக் ஊற்றிக் கொண்டார்.

‘சொல்லக் கூடாதா?’ என்று கேட்டார் அவர்.

‘அப்படி இல்லீங்க!’ என்று இழுத்தான் வாசு.

‘அப்ப சொல்லேன்.’

‘அவருக்குத் தன்னோட சுயசரிதையை எழுதணும்னு ஆசை. அதுக்காக என்னை வேலையிலே வச்சுக்கிட்டாரு. அப்புறம் அவரோட செகரெட்ரிஆயிட்டேன்.’

‘அவன் தன் சுயசரிதையை எழுதறானா?’ என்று கேட்டுவிட்டு, திகைப்படைந்தவர் போல் அவர் அவனைப் பார்த்தார்.

‘ஏங்க?’

‘என்னைப்பத்தி அதிலே வருதா?’

வாசு புன்னகை செய்தான்.

‘அப்படி ஏதாவது சொல்லியிருந்தான்னா, அத்தனையும் பொய்.’

‘எனக்கு எப்படிங்க தெரியும், எது பொய், எது உண்மைன்னு?’

'என்னைப்பத்தி என்ன சொல்லியிருக்கான் அவன்?'

'அவரு சுயசரிதை எழுதறதை யார்கிட்டேயும் சொல்ல வேணாம்னுருக்காரு. உங்ககிட்டே நான் சொன்னதே தப்பு!'

'என்னைப்பத்தி என்ன சொல்லியிருக்கான், சொல்லப் போறயா இல்லியா?'

'ஒண்ணுமில்லீங்க!'

'பொய் சொல்லாதே.'

'நிச்சயமா ஒண்ணுமில்லீங்க!'

அவர் கட்டிலில் சாய்ந்து கண்களை மூடிக் கொண்டார்.

'சரி. பாட்டிலை உள்ளே வச்சுட்டு நான் போறேன், நீங்க தூங்குங்க.'

அவர் கண்களைத் திறக்காமலேயே சொன்னார்: 'பாட்டிலை வை!'

'போதுங்க!' என்று சொல்லிக்கொண்டே அவன் எழுந்தான்.

'என்ன போதுங்க? வைக்கப் போறயா இல்லையா?' அவர் குரல் ஓங்கி ஒலித்தது.

'நான் பாட்டிலைக் கொடுத்தேன்னு அவருக்குத் தெரிஞ்சு துன்னா, என் வேலை போயிடுங்க.'

'வாசு உட்கார்!' என்றார் அவர், மிக மிருதுவான குரலில்.

அவன் உட்கார்ந்தான்.

'நீ என்ன படிச்சிருக்கே, வாசு?'

'எம்.ஏ.'

'உனக்கு வேற வேலை ஒண்ணும் கிடைக்கலையா?'

'இல்லீங்க.'

'இந்த வேலை உனக்குப் பிடிச்சிருக்குதா?'

'பிடிச்சுருக்குதுங்க. டாக்டர் ரொம்பத் தங்கமானவரு. நல்ல சம்பளம் தராரு. என் பேரிலே பூர்ண நம்பிக்கை வச்சிருக்காரு.'

'இது என்னப்பா வேலை? குடிகாரப்பயல் குடிக்காமப் பாத்துக்கணும். அரசியல்வாதிங்கிற பேரிலே அயோக்கியப் பசங்க பேசறதை ஒட்டுக் கேக்கணும். கைநாட்டுப் பேர்வழிகளுக்கு என்ன பேசணும்னு எழுதிக் கொடுக்கணும். படிச்ச பையன். பேசாம நல்ல வேலையா பாத்துக்கிட்டுப் போ. நான் சொல்லறதைக் கேளு. நானும் படிச்சவந்தான். சிவஞானம் சொன்ன மாதிரி, வாழ்க்கையை வீணடிச்சுட்டேன். ஒரு நல்ல பழக்கம் கிடையாது. சிவஞானம் தப்பிச்சுக்கிட்டான். டாக்டர் பிரும்மநாயகமாயிட்டான். அவன் வேஷம் போட்டா என்ன, சிவஞானம் சிவஞானந்தான். அவன் குள்ளநரி. பசும்புல்லே பாம்பு. தான் மாட்டிப்போம்னு தெரிஞ்சா உன்னை மாட்டிவிட்டு ஓடிப் போயிடுவான். ஆமாம், ஓடிப் போயிடுவான். அவன் மாட்டிக்கவே மாட்டான்!'

'ஏங்க அப்படிச் சொல்றீங்க?'

அவர் காரணம் சொன்னார்.

7

பிரும்மநாயகம் சீறிவிழுவாரென்று வாசு
எதிர்பார்த்தான்.

ஆனால் அவர் அவனை நிர்சலனமான கண்
களுடன் சில விநாடிகள் பார்த்துவிட்டுத் தம்
கவனத்தை உத்திரத்தின் மீது செலுத்தினார்.
மோவாயைத் தடவிக் கொண்டார்.

'நான் திடீர்னு விட்டுட்டுப் போறேன்னு நீங்க
நினைக்கக் கூடாது. ஊர்லே ஒரு பள்ளிக்
கூடத்திலே வாத்தியார் வேலை காலியாய்
இருக்குதுன்னு அப்பா எழுதியிருக்கார்.
அப்பா அம்மாவுக்கும் வயசாயிருச்சி. அத
னாலே...' என்றான் வாசு.

'அப்படியா?'

'நான் உங்க சுயசரிதையை எழுதலாம்னுட்டு
வந்தேன். ஒரு வரி கூட எழுத முடியலே.'

'எத்தனைப் பணம் கொடுத்தாரு?'

'பணமா?'

'பணம் கொடுத்தாத்தான் வாத்தியார் வேலை
கிடைக்குதுன்னு நீ அப்ப சொன்னேயில்லே?'

'பணம் ஒண்ணுமில்லிங்க. ஹெட்மாஸ்டர் எங்கப்பாவுக்குத் தெரிஞ்சவரு.'

'அப்படியா?'

தான் சொல்வதை அவர் நம்பவில்லை என்று அவனுக்குப் பட்டது.

இரண்டு நிமிஷ மௌனம் ஒரு யுகமாய்க் கழிந்த பிறகு அவர் கேட்டார். 'நேத்து தணிகைக்கு நீ தண்ணி ஊத்திக் கொடுத்தியாமே?'

'என்னங்க?'

'புரியலையா?'

'ஆமாங்க. மனசு உடைஞ்சிருந்தாரு. எலெக்ஷன்லே நிக்கப் போறதில்லேன்னாரு. கொஞ்சம் அவரை உற்சாகப்படுத்தலாம்னு!'

'ராப்பூரா பேசிக்கிட்டிருந்தீங்களாமே!'

'இல்லீங்க. பத்துமணிக்கெல்லாம் புறப்பட்டு வந்துட்டேன்.'

'என்ன சொன்னாரு?'

'யாரு?'

'தணிகை!'

'தான் அரசியலுக்கு லாயக்கில்லேன்னு சொல்லிக்கிட்டிருந்தாரு. உங்க சாமர்த்தியம் அவருக்கில்லையாம். ஒரு மாதிரி தாழ்வு மனப்பான்மை.'

'உன் அபிப்பிராயத்தைக் கேக்கலே. அவர் என்ன சொன்னாரு?'

'இதாங்க. வேறொண்ணும் சொல்லலே.'

'அவர் அழுதுகிட்டிருந்தாரு, நீ கண்ணைத் துடைச்சு விட்டே! அப்படித்தானே?'

'அழுதாருன்னு சொல்ல முடியாது. ஸெல்ஃப் பிட்டிம்பாங்களே அந்த மாதிரி.'

'அவர் ரெண்டு பெக்குக்கு மேலே குடிக்கக் கூடாதுன்னு நான் சொல்லியிருக்கிறப்போ, நீ யாரு நாட்டாமை?'

'மன்னிச்சுக்குங்க. அவரைப் பாத்தா கஷ்டமா இருந்திச்சி. என் னாலே மத்தவங்க கஷ்டப்படறதைப் பாத்துகிட்டிருக்க முடியாது.'

'பாவம் இளகிய மனசு.'

'அதனால்தான் சொல்றேங்க. எனக்கும் இந்த வேலை சரிப் படாது.'

'எந்த வேலை?'

'அரசியல்வாதிகிட்டே செகரெட்ரியா இருக்கிற வேலை. எல்லாத்தையும் ஜீரணிக்கத் தெரிஞ்சுக்கணும். என்ன முயற்சி செய்தாலும் அந்த மனப்பக்குவம் எனக்கு வராதுங்க.'

'திடீர்னு அதை எப்படிக் கண்டுபிடிச்சே?'

'திடீர்னு இல்லைங்க. ரொம்ப நாளாவே இதைப் பத்தி யோசிச்சுக் கிட்டிருந்தேன்.'

'எதைப் பத்தி?'

'நம்மாலே இதுக்குத் தாக்குப் பிடிக்க முடியுமா, முடி யாதான்னுட்டு.'

'அப்படியா?'

'ஆமாங்க. உண்மையாகவே சொல்றேன்!'

'தாக்குப் பிடிக்க முடியாதுன்னு கண்டுபிடிச்சுட்டே. அப்படித்தானே?'

'ஆமாங்க.'

'அதெப்படி, அவருக்குள்ளாற அரை பாட்டில் இறங்கினதும், உனக்கு ஞானோதயம் உண்டாச்சு? விசித்திரமா இருக்குப்பா!'

'அதுக்கும் இதுக்கும் சம்பந்தம் இல்லீங்க.'

'எதுக்கும் எதுக்குந்தான் சம்பந்தம்? நான் வெளியூருக்குப் போயிருக்கிறப்போ - நீ அவர் வீட்டுக்குப் போனது, அவருக்குத்

தண்ணி ஊத்திக் கொடுத்தது, அவரோட ராப்பூரா பேசிக்கிட்டிருந் தது, அவர் அழுதது, நீ தொடச்சு விட்டது, நான் ஊர்லேர்ந்து வந்ததும் நான் வேலையிலிருந்து நின்னுக்கிறேன்னு நீ சொல்லறது! எதுக்கும் எதுக்குந்தான் சம்பந்தம்? யார்கிட்டே தம்பி, விளையாடறே! கொஞ்சம் நிதானமா யோசித்து விளை யாடு, புரிஞ்சுதா?'

'அவர்தாங்க ஃபோன் செஞ்சு கூப்பிட்டாரு, அவருக்கு ஏதோ பயமுறுத்தல் கடிதம் வந்திருக்குதுன்னு!'

'பயமுறுத்தலா?'

'ஆமாங்க. வேதமூர்த்தி ஆளுங்க செஞ்சிருக்கிற வேலை.'

'வேதமூர்த்தியா?'

'ஆமாங்க. உன் உயிரைக் காப்பாற்றிக்கொள்ள விரும்பினால் தேர்தலில் நிற்காதேன்னு. அவர் ரொம்ப பயந்துட்டாருங்க.'

'வேதமூர்த்திக்கும் இதுக்கும் என்னப்பா சம்பந்தம்?'

'எங்கள் பெருந்தலைவர் வேதமூர்த்தியின், வாய்ப்பைத் தட்டிக் கொண்டு போகப் பார்க்கிறாயா?ன்னும் அதிலே இருந்தது.'

'தணிகை தேர்தல்லே நிக்கிறதைப் பாத்துக்கிடறேன்னு சொல் லிட்டுப் போனானே, அதுக்கு இதான் அர்த்தமா?'

'தெரியலீங்க. நான் லெட்டரை போலீசுகிட்டே கொடுங்கன் னேன். அவரு போலீசும் வேணாம், ஒண்ணும் வேணாம்னாரு.'

'போலீஸ்கிட்ட கொடுக்கலியா?'

'நான் கொடுத்திட்டேங்க, இன்னிக் காலையிலே!'

'போலீஸ்லே என்ன சொன்னாங்க?'

'வாங்கி வச்சுக்கிட்டாங்க.'

'வேதமூர்த்தி இப்படி எழுதியிருப்பான்னு நீ நினைக்கிறயா?'

'எனக்கு எப்படிங்க தெரியும்?'

'இதுக்காகவா தணிகை இப்படிப் பயந்துட்டான்!'

'ஆமாங்க.'

அப்பொழுது டெலிஃபோன் ஒலித்தது.

'யாரு பாரு டெலிஃபோன்?'

'நான் வந்து...'

'சரிதான், அப்புறம் நின்னுக்கலாம்! இப்ப டெலிஃபோனைப் பாரு.'

வாசு டெலிஃபோனை எடுக்கப் போனான்.

'வாசுங்களா? நான்தான் முருகைய்யன் பேசறேன். தணிகை ஐயா காலையிலே புறப்பட்டுப் போனவரு, இன்னும் திரும்பலீங்க!'

'எங்கே போகப் போறதா சொல்லிட்டுப் போனாரு?'

'ஒண்ணும் சொல்லலீங்க. காலையிலே ஃபோன் வந்தது, நான் தான் எடுத்தேன். ஏழு மணி இருக்கும். தணிகை ஐயாவோட பேசணும்னாங்க. முக்கிய சமாசாரம்னாங்க. யாருன்னு தெரியலே. ஐயாவை எழுப்பி விஷயத்தைச் சொன்னேன். அவர் கொஞ்ச நேரம் பேசினாரு, உடனே டிரஸ்ஸை மாத்திக்கிட்டு புறப்பட்டுப் போயிட்டாரு. டிபன் கூட சாப்பிடலே.'

அவன் கீழ்க்குரலில் கேட்டான். 'நேத்து ராத்திரி குடிச்சாருன்னு நம்ம ஐயாவுக்கு எப்படித் தெரியும்?'

'ராத்திரி நீங்க போனப்புறம் ஃபோன் பண்ணாருங்க.'

தணிகை ஐயாவை எழுப்பி எழுப்பிப் பார்த்தேன். முடியலங்க. விஷயத்தைச் சொல்லிட்டேன்.'

'என் பேரை ஏன் இழுத்தே?'

'நம்ம வீட்டுக்கு ஃபோன் பண்ண அப்புறந்தான் இங்கே பண்ணியிருக்காரு. மன்னிச்சுக்கங்க. இப்ப இதுக்கு என்ன செய்யறது?'

'இரு, ஐயாகிட்டே கேட்டுக்கிட்டு வரேன்.'

வாசு, பிரும்மநாயகத்திடம் விஷயத்தைச் சொன்னான்.

'யாரானும் குடிக்கக் கூப்பிட்டிருப்பாங்களோ என்னவோ?'

'இருக்காதுங்க. வெளியிலே போய் அவர் குடிக்கமாட்டாரு.'

'குடின்னா அவன் எங்கே வேணுமானாலும் போவான்.'

'இங்கே அவருக்கு யாரும் ஃப்ரெண்ட்ஸ் கிடையாதுங்களே.'

'ஒரு வேளை அவன் பலகீனத்தைத் தெரிஞ்சுகிட்டு வேதமூர்த்தி!'

'மை காட்! இருக்கலாம். இப்ப என்ன செய்யறது?'

'இன்னும் அரை மணி பார்க்கலாம். வரலேன்னா, போலீசுக்குச் சொல்லலாம்.'

'போலீசுக்கா?'

'பின்னே என்ன செய்யறது?'

'எங்கேயானும் குடிச்சிட்டுக் கிடந்து, போலீசுக்கும் தெரிஞ்சா, அவமானங்க.'

'நீ மறுபடியும் நேத்து அவனை ஒரேயடியா குடிக்க வச்சிருக்கே. ருசி கண்ட பூனை! விடமாட்டான். அவனுக்கு ஏதாவது ஏற்பட்டதுன்னா நீதான் பொறுப்பு.'

வாசு திடுக்கிட்டான். குற்றச் சுமையை அவன் மீது ஏற்றி, அவன் தம்மை விட்டுப் போகாதபடி மாட்டவைக்கப் பார்க்கிறார்.

'என் பொறுப்புன்னா என்ன அர்த்தம்?'

'இந்த விஷயம் தெளிவாகும்வரை நீ இங்குதான் இருந்தாக வேண்டும், புரிஞ்சுதா? சரி, முருகய்யனை அரைமணி கழிச்சு ஃபோன் செய்யச் சொல்லு.'

அவன் முருகைய்யனிடம், அவர் சொன்னதைத் தெரிவித்தான்.

தணிகை இவரைப்பற்றிச் சொன்னது சரிதான். குள்ள நரி. பசும்புல்லில் பாம்பு.

அவனால் இந்நிலையில் இவரைவிட்டுப் போக முடியாது. தணிகைக்கு இவர் சொல்வது போல் ஏதாவது ஏற்பட்டு விட்டால், அவனை இந்த விவகாரத்தில் நிச்சயமாகச் சிக்க வைத்து விடுவார். தயங்கவே மாட்டார். அவருடைய முன்னாள் காரியதரிசியைக் 'கம்பி எண்ண வைத்துவிட்டேன்!' என்று அவர் பெருமையாகக் கூறவில்லையா?

தணிகை எங்கே போயிருப்பார்? யார் ஃபோன் செய்திருப் பார்கள்?

வேதமூர்த்தியாக இருக்குமோ? அவருடைய கோபம் பிரும்ம நாயகத்தின் மீதல்லவா இருக்க வேண்டும்? பிரும்மநாயகத்தை ஒன்றும் செய்ய முடியாதென்ற செயலற்ற நிலையில், தணிகை யின் மீது திரும்பியிருக்கும் என்பது சாத்தியமா?

அவனுக்கு ஒன்றும் புரியவில்லை.

அரை மணி நேரம் கழித்து ஃபோன் வந்தது முருகையனிட மிருந்து.

'அவர் இன்னும் வரலீங்க, மணி ஒன்பதாகப் போவுது.'

அவன் பிரும்மநாயகத்திடம் இதைச் சொன்னான்.

'வா, போலீஸ் ஸ்டேஷனுக்குப் போவோம். நீ எங்கே அவனுக்கு வந்த லெட்டரைக் கொடுத்தே?'

'நுங்கம்பாக்கம் போலீஸ் ஸ்டேஷன்.'

'சரி அங்கே போவோம், வா!'

இருவரும் போனபோது, காவல் நிலையத்திலிருந்த சப்-இன்ஸ் பெக்டர் வீட்டுக்குப் புறப்பட்டுக் கொண்டிருந்தார். பிரும்ம நாயகத்தை அடையாளம் கண்டுகொண்டு மரியாதையுடன் வரவேற்றார்.

'இவரு என் செகரெட்ரி வாசு. இவர் காலையிலே ஒரு லெட்டர் கொடுத்தாராமே, பேராசிரியர் தணிகைக்கு வந்த பயமுறுத்தல் கடிதம்.'

'இவரில்லே, இன்னொருத்தர் இருந்தார்.'

'வேல்முருகனாயிருக்கும். என்ன விஷயம் சொல்லுங்க.'

'தென்னார்க்காடு மாவட்டத்திலே வரப் போறதில்லே இடைத் தேர்தல்? அங்கே எங்க கட்சி, தணிகைங்கிறவரை நிக்க வைக்கப் போறது. இது - வேதமூர்த்தி தெரியுமில்லே, பாண்டி பஸார், லஸ், பைகிராஃப்ட்ஸ் ரோடு, இன்னும் பல இடங்களிலே ஜவுளிக் கடை வச்சிருக்காரு. 'கீதா ஸில்க் எம்போரியம்!'

'தெரியும், சொல்லுங்க.'

'அவருக்குப் பிடிக்கலே. அவரை நிறுத்தி வைக்கணும்னாரு. பல காரணங்களினாலே முடியாதுன்னுட்டோம். அதனாலே அவருக்கு ரொம்ப கோபம். என் வீட்டுக்கு வந்து ஒரேடியா சத்தம் போட்டுட்டுப் போனாரு. இவருக்கும் தெரியும். என்ன வாசு, வேதமூர்த்தி நம்ம வீட்டுக்கு வந்து சண்டை போட்டதைச் சொல்றேன். அவரைப் பெருந்தலைவர்னு கொண்டாடிக்கிட்டு தணிகைக்கு எவனோருத்தன் பயமுறுத்தல் கடிதம் எழுதியிருக் கான். உன் உயிரைக் காப்பாத்திக்கணும்னா தேர்தல்லே நிக்காதே அது இதுன்னு. இப்ப விஷயத்துக்கு வரேன். தணிகை, காலை யிலே போனவரு ஆளைக் காணலே. உடனே விசாரிக்கிறது நல்லது.'

'காலையிலே போனவர்தானே, எங்கேயானும் காரியமா போயிருக்காரோ என்னவோ?'

'அப்படி எனக்குத் தகவல் தெரிவிக்காம போகக் கூடிய ஆள் இல்லே. நானும் வெளியூருக்குப் போயிருந்தேன். சாயந்தரந்தான் வந்தேன். எப்படியிருந்தாலும் வாசுகிட்டேயாவது தகவல் சொல் லிட்டுப் போயிருப்பான். வாசுகிட்டேயும் சொல்லலே. அதான் கவலையா இருக்குது. இந்த லெட்டர் வேற வந்திருக்குதா, ஒண்ணும் புரியலே!'

'என்ன செய்யச் சொல்றீங்க? வேதமூர்த்தியை விசாரிக்கச் சொல்றீங்களா?'

'அந்த லெட்டர், ஃபைல்லேதான் இருக்கும். பாருங்க. படிச்சிட்டு உங்களுக்கு என்ன தோணுதோ செய்யுங்க!'

'அதை வேல் முருகன்னா பூட்டி வச்சிருப்பாரு?'

'உனக்கு நினைவு இருக்கிறதா வாசு? கடிதத்திலே எழுதியிருந் ததை அப்படியே இவர்கிட்டே சொல்லு.'

வாசு சொன்னான்.

'இன்னைக்கு ராத்திரி பாத்திட்டு நாளைக் காலையிலே, வேணும்னா...'

'வேதமூர்த்தியைக் கேளுங்களேன், தணிகை அங்கே வந்தா ரான்னு? டைரக்டரியிலே அவர் நம்பர் இருக்குது.'

‘அதெப்படி! நாங்க போலீஸ்காரங்க கேட்டா, அவரு இதுக்குக் காரணமேயில்லைன்னு வச்சுக்குங்க, அமைச்சர் வரைக்கும் போயிடும் விவகாரம். அவர் காரணமாயிருந்தார்னா, உஷாரா யிடுவாரு. நீங்க கேளுங்களேன்.’

‘நான் எப்படிக் கேக்க முடியும்? என்கிட்டே சண்டையில்லே போட்டுக்கிட்டுப் போயிருக்கான்? நான் இருக்கிற வரைக்கும் ஒரு அமைச்சரும் உங்களை ஒண்ணும் செய்ய முடியாது. தைரியமா கேளுங்க.

‘நீங்க தைரியமா இருங்க. அவரே நாளைக்கு வெளியூருக்குப் போயிருந்தேன்னு சொல்லிட்டு வந்துடுவாரு.’

‘இன்னொரு விஷயம். காலையிலே ஏழு மணிக்கு தணிகைக்கு ஃபோன் வந்திருக்குது. ஃபோன் வந்தவுடனே அவசரம் அவ சரமா புறப்பட்டுப் போயிருக்காரு. யார் ஃபோன் பண்ணாங்க, அதென்ன அவசர காரியம், எல்லாம் மர்மமா இருக்குது!’

‘இதை யார் சொன்னாங்க?’

‘அவர் வீட்டு வேலைக்காரன்.’

சப்-இன்ஸ்பெக்டர் சிறிது நேரம் யோசித்துவிட்டுச் சொன்னார்: ‘ஏங்க... வேதமூர்த்தி ஆள் ஒருத்தன், மிரட்டல் கடிதம் எழுதி னாங்கிறீங்க. நேத்தா? சரி, நேத்து. இன்னைக்கு பேராசிரியரைக் காணலைங்கிறீங்க. வேதமூர்த்தி ஒரு பிஸினஸ்மேன். அவரு இப்படி முட்டாள்தனமா வம்பிலே மாட்டிப்பாரா? அதையும் யோசிக்கணும்.’

‘சரி, விட்டுடுங்க. நாளைக்குப் பாத்துப்போம்!’ என்று எழுந்தார் பிரும்மநாயகம்.

‘நாளைக்குக் காலையிலே ஃபோன் பண்ணுங்க. நம்பர் தரட்டுமா?’

அவர் நம்பரைச் சொன்னார்.

‘தணிகைக்கு ஏதாவது ஏற்பட்டதுன்னா, அப்படி ஏற்பட்டிருக் காதுங்கிறதுதான் என் நம்பிக்கையும். போலீசுக்குச் சொல்லாம இருந்துட்டோமேங்கிற வருத்தம் எனக்கு இருக்கக்கூடாது பாருங்க, சொல்லிட்டேன். ஆனா நான் சொல்லியும், தகுந்த

நடவடிக்கை எடுக்காம போயிட்டோமேங்கிற வருத்தம் உங்க ளுக்கு உண்டாகக் கூடாது. என்னைப் பொறுத்த வரையிலும் வருத்தந்தான். உங்களைப் பொறுத்தவரையிலும், கடமையைச் செய்யலேங்கிற குற்றச் சாட்டு வேறு புரிஞ்சுதா? நான் வரேன்.'

அப்பொழுது டெலிஃபோன் ஒலித்தது. சப்-இன்ஸ்பெக்டர் எடுத்தார். 'நுங்கம்பாக்கம் போலீஸ் ஸ்டேஷன். என்னது? சரி, சரி இதோ வந்துட்டேன்!'

அவர் டெலிஃபோனை வைத்துவிட்டு பிரும்மநாயகத்திடம் சொன்னார்: 'ஐ ஆம் வெரி ஸாரி. உங்க சிநேகிதரோட பாடி அவர் வீட்டுத் தோட்டத்திலேயே கிடக்குதாம்.'

8

வாசுவுக்கு உறக்கம் வரவில்லை. புரண்டு புரண்டு படுத்ததுதான் மிச்சம். ஓயாத சிந்தனை.

கண்களை மூடினால், தோட்டத்தில் கிடந்த வண்ணக் கோலம் கொண்டிருந்த தணிகை யின் திறந்த கண்கள் அவனை அச்சுறுத்தின. அகல விழித்திருந்த அக்கண்களில் திகைப்பு தேங்கியிருந்தது. திடீரென்று தாக்கிக் கொன் றிருக்கிறார்கள். பின் மண்டையில் பலத்த காயம். இரத்தம் உறைந்து போயிருந்தது.

அவர் இறந்து நாலு மணிக்கு மேலாக இருக் கலாமென்று டாக்டர் கூறினார். அப்படியா னால் அவரை வேறு இடத்தில் கொன்று, உடலை அவர் தோட்டத்தில் கொண்டு போட்டிருக்கிறார்கள். மத்தியானத்தில் இருந்தே அவருடைய உடல் தோட்டத்தில் இருந்திருந்தால், மற்றவர்களுடைய பார்வை யில் படாமலா இருந்திருக்கும்?

பிரும்மநாயகம், அவர் உடலைக் கண்டு திடுக்கிட்டு நின்றது கை தேர்ந்த நடிப்பாக இருக்க முடியுமா? தணிகை இறந்தது பிரும்ம

நாயகத்துக்குப் பெரிய அநுகூலந்தான். ஆனால், இது அவனுக்கு மட்டுந்தான் தெரியும். போலீசுக்குச் சொல்லி விடலாமா?

எப்படிச் சொல்வது? பிரும்மநாயகம் எது வேண்டுமானாலும் செய்யக் கூடியவரென்று, தணிகை அவனை எச்சரிக்கை செய்தது அவன் நினைவுக்கு வந்தது.

சொல்லாமல் கொள்ளாமல் போய்விடலாமா? எப்படிப் போவது? எங்கே போவது? பிரும்மநாயகத்தின் அதிகாரக் கை, தமிழ்நாட்டு எல்லைவரை நீண்டிருந்தது என்பது அவனுக்குத் தெரியும்.

அல்லது இக்கொலையைப் பற்றி தானே உளவறிய முயல்வது விவேகமான காரியமா? அதற்கு அவன் மிகச் சாமர்த்தியமாக நடந்துகொள்ள வேண்டும். பிரும்ம நாயகத்துக்கு அவனைப் பற்றிக் கொஞ்சங்கூட சந்தேகம் ஏற்படாமல் பார்த்துக் கொள்ள வேண்டும்.

அவருக்கு, அவன் தணிகையைக் கண்டு நீண்ட நேரம் பேசியது தெரிந்திருக்கிறது. தான் வேலையை விட்டு நீங்குவதாகச் சொன்னதும், அவர் மனத்தில் பல கேள்விகளை எழுப்பியிருக்கக் கூடும். இச் சூழ்நிலையில் சாமர்த்தியமாக நடந்துகொண்டு அவர் மனத்தில் சந்தேகம் எழாமல் பார்த்துக்கொள்வது எப்படி? அவர் அவனுடைய ஒவ்வொரு நடவடிக்கையையும் கண்காணிப்பார் என்பது உறுதி.

சே! என்ன இக்கட்டான நிலைமை!

அவன் கட்டிலிலிருந்து இறங்கி வெளியே வெராந்தாவில் போய் நின்றான்.

எதிர்த்தாற்போல், பிரும்மநாயகத்தின் பங்களா நிலா வெளிச்சத்தில் குளித்து, நிசப்தத்தில் ஆழ்ந்திருந்தது. பிரும்மநாயகத்துக்கு உறக்கம் வருவது சாத்தியமா? அவரும் தீவிர சிந்தனையில் ஆழ்ந்து, படுக்கையில் புரண்டு புரண்டு படுத்துக் கொண்டிருக்கலாம்.

அவர் தணிகையின் உடலைக் கண்டதும் திடுக்கிட்டது வாஸ்தவந்தான். அதைத் தொடர்ந்து அவர் முகத்தில் ஏற்பட்ட ஓர் எரிச்சல் உணர்வு, இதை வைத்துக்கொண்டு பார்த்தால்-

அவருக்கும் இந்தக் கொலைக்கும் சம்பந்தமில்லை என்று தோன்றுகிறது.

அவர் எதற்காகத் தணிகையைக் கொலை செய்ய வேண்டும்? மேலும், அவர் வெளியூரிலிருந்து நேற்று சாயந்தரந்தான் திரும்பி வந்திருக்கிறார்.

அப்படியானால் வேதமூர்த்திதான் இதற்குக் காரணமா? ஒரு பயமுறுத்தல் கடிதம் அனுப்பிவிட்டு கொலை செய்யும் அளவுக்கு அவர் முட்டாளா?

தணிகையுடன் டெலிஃபோனில் பேசியது யாராக இருக்க முடியும்? தணிகை எதற்காக அவசரம் அவசரமாகப் புறப்பட்டுப் போனார்? அவர் போன இடத்தில்தான் கொலை நிகழ்ந் திருக்கிறது. பிறகு உடலை அவருடைய தோட்டத்திலேயே கொண்டு போட்டிருக்கிறார்கள்.

இதைப் பற்றி யோசித்துக் கொண்டிருப்பதில் பயனில்லை. போலீசாரிடம் எல்லாவற்றையும் சொல்லிவிட்டு தனக்குப் பாதுகாப்பு வேண்டுமென்று கேட்பது உசிதமா? பிரும்மநாயகத் துக்கு இருக்கும் செல்வாக்கில், போலீஸ் எப்படி நடந்து கொள்ளும் என்று அவனுக்கு நிச்சயமாகச் சொல்ல முடியுமா?

ஒரு குடிகாரன் கொல்லப்பட்டிருக்கிறான். ஓர் அரசியல்வாதி இதில் சம்பந்தப்பட்டிருக்கிறான். அவன் ஏன் இந்த வம்பில் மாட்டிக்கொள்ள வேண்டும்?

இந்த இடத்தை விட்டுப் போய்விடுவதுதான் நல்லது. நாலைந்து நாள்கள் தலைமறைவாக இருந்துவிட்டு, பிறகு தில்லிக்குப் போய்விடுவதுதான் விவேகமான செயலாகப் படுகிறது. வீட்டுச் செலவுக்காக பிரும்மநாயகம் அவனிடம் கொடுத்து வைத்திருந்த பணத்தில், தில்லியில் வேலை கிடைக்கும்வரை சமாளித்து விடலாம்.

அவன் உள்ளே சென்று தன் கைப்பையில் வைத்திருந்த பணத்தை எண்ணிப் பார்த்தான். ஐயாயிரத்துக்கு மேலே இருந் தது. இதில் அவன் பணம் இரண்டாயிரம். மூவாயிரந்தான் திருடுகிறான். இது அவ்வளவு பெரிய குற்றமல்ல. பார்க்கப் போனால், பிரும்மநாயகத்திடமிருந்து எத்தனை பணம் திருடினாலும் குற்றமல்ல.

ஒரு சிறிய சூட்கேஸில் மாற்றுடை ஒன்றையும், கைப்பையையும் வைத்துப் பூட்டினான்.

பங்களாவிலிருந்து வெளியேறுவது எப்படி? யாராவது விழித்துக் கொண்டிருந்தால்?

கலியன் பங்களாவின் பின்பக்க வெராந்தாவில் உறங்குவதுதான் வழக்கம்.

வீரனும், மங்கையும் பங்களாவுக்குள்தான் இருக்கும்.

இன்று அமாவாசையாக இருந்திருக்கக் கூடாதா?

அதிர்ஷ்டத்தின் மீது நம்பிக்கையைப் போட்டுவிட்டுப் புறப்பட வேண்டியதுதான்.

புறப்பட்டான்.

அவன் கேட் அருகே சென்றிருப்பான். திடீரென்று வீரனின் பால்ராப்ஸன் குரல் கேட்டது. தொடர்ந்து மங்கையின் குரல்.

வாசல் வெராந்தாவிலிருந்த தம்பதிகள், அவனை நோக்கி ஓடி வந்தன.

அவனைக் கண்டதும், வாலைக் குழைத்துக்கொண்டு அவன்மீது தவழ்ந்து கொஞ்சி விளையாட ஆரம்பித்தன.

இப்பொழுது என்ன செய்வது?

கையில் ஓர் எலும்புத் துண்டு இருந்திருக்கக் கூடாதா?

அவற்றை உதறிவிட்டு, கேட்டை வேகமாகச் சாத்திக்கொண்டு, வீதியில் ஓடிவிடலாமா? நாய்கள் தொடர்ந்து குரைத்தால், வீட்டிலுள்ளவர்கள் எழுந்து விடாமலா இருப்பார்கள்? தன்னால் எவ்வளவு தூரந்தான் ஓடிவிட முடியும்?

வீட்டுக்குள் சாதாரணமாக உறங்கும் வீரனும், மங்கையும் வெராந்தாவில் ஏன் இருந்தன? பிரும்மநாயகத்தின் கெட்டிக் காரத்தனத்தைக் குறைவாக மதிப்பிட்டது தன் தவறுதான்.

அவன் இவ்வாறு செய்யக்கூடுமென்று அவர் எதிர்பார்த் திருக்கிறார்.

கையில் சூட்கேஸ் கனத்தது.

திடீரென்று கலியன் முளைத்தான்.

'வாசு ஐயாவா? எங்கே இப்படி நடுராவிலே?'

'ஒரு காரியமா ஐயா போகச் சொல்லியிருந்தாரு. இது என்ன நடு ராவா? கெடியாரம் நின்னுபோச்சுது. மணியே தெரியலே.'

வெராந்தாவில் விளக்கு எரிந்தது.

'யாரங்கே?' பிரும்மநாயகத்தின் குரல்.

'வாசு ஐயாங்க. நீங்க எங்கேயோ போகச் சொன்னீங்கங்கிறாரு.'

'என்ன வாசு! உன்னைக் காலையிலேல்லே போகச் சொன்னேன்? நடு ராத்திரியிலே புறப்பட்டுட்டே!'

வாசு பேசாமல் நின்றான்.

'சரி வா இப்படி! கலியா, நீ போய் படுத்துக்க.'

வாசு அவரை நோக்கிச் சென்றான்.

'ஹாலில் இருவரும் உட்கார்ந்ததும், அங்கு சிறிது நேரம் மௌனம் நிலவியது.

பிரும்மநாயகம் அவனைப் பார்த்துப் புன்னகை செய்தார்.

'எனக்கு இந்த வம்பிலே மாட்டிக்க விருப்பமில்லீங்க. கெஞ்சிக் கேட்டுக்கறேன், என்னை விட்டுடுங்க!' என்றான் வாசு.

'ஏன் சொல்லாம கொள்ளாம புறப்பட்டே?'

'சொன்னா நீங்க விடமாட்டேங்கிறீங்க.'

'எங்கே போவதா இருந்தே?'

'மன்னார்குடிக்கு.'

'சூட்கேஸைத் திற!'

'அதான் சொன்னேனே, என் துணிமணிகதான் இருக்குது.'

'போலீஸைக் கூப்பிடவா?'

'எதுக்காக?'

'போலீஸை சாட்சியா வச்சுக்கிட்டு, சூட்கேஸ்லே என்ன இருக்குதுன்னு பாத்திடுவோம்.'

'உங்க பணம் மூவாயிரம், என் பணம் ரெண்டாயிரம். உங்க பணத்தை ஊருக்குப் போய் திருப்பி அனுப்பிடலாம்னு இருந்தேன்.'

'அப்படியா? மன்னார்குடி போக ஐயாயிர ரூபாயா வேணும்? மன்னார்குடிக்கு ஏரோப்ளேன் விடறாங்களா?'

பிரும்மநாயகம் புன்னகை செய்தார்.

'சரி, உங்க பணத்தைக் கொடுத்துடறேன். நான் போறேன்.'

வாசு எழுந்து பெட்டியைத் திறக்கப் போனான்.

'பொறு தம்பி, உட்காரு.'

'நான் யார்கிட்டேயும் எதைப்பத்தியும் பேசமாட்டேன். உங்க வழிக்கே வரமாட்டேன். தயவுசெய்து என்னைப் போக விடுங்க.'

'எதைப் பத்திப் பேசமாட்டே?'

'எதைப் பத்தியும்.'

'அப்படின்னா? விளக்கமா சொல்லு தம்பி! தணிகை என்ன சொன்னான்?'

'அவர் ஒண்ணும் சொல்லலீங்க. பொதுவா அரசியல்வாதி கிட்டே வேலை செய்யறப்போ, உள் விவகாரம் எத்தனையோ தெரிய வருமில்லே அதைச் சொல்றேன். உங்ககிட்டே எத்தனை பேர் வந்திருக்காங்க போயிருக்காங்க.'

அவன் இவ்வாறு சொல்லிக்கொண்டே பெட்டியைத் திறந்து, கைப்பையை எடுத்தான்.

'நீ என்ன நினைக்கிறே?'

'எதைப் பத்தி?' என்றான் மறுபடியும்.

‘தணிகை விவகாரம்.’

‘எனக்கொண்ணும் தெரியாதுங்க.’

‘நான் செய்திருப்பேன்னு நீ நினைக்கிறே, அப்படித்தானே?’

‘இல்லீங்க. எனக்கு ஒண்ணும் தெரியாதுங்க.’

‘உட்காரு தம்பி.’

‘இல்லீங்க. நான்...’

‘என்னை நம்பு. நான் இந்தக் கொலையைச் செய்யலே. இந்தக் கொலையைச் செய்ய எனக்குப் போதுமான காரணம் இருக்கு துன்னு உனக்குத் தெரியும்னும் எனக்குத் தெரியும். ஆனா நான் இதைச் செய்யலே. என்னை நம்பு.’

‘எனக்கு ஒண்ணும் தெரியாதுங்க.’

‘தணிகை என்ன சொன்னான்?’

‘ஒண்ணும் சொல்லலேன்னா என்னை நம்ப மாட்டேங்கிறீங் களே?’

‘அப்ப, வேலையை விட்டு நின்னுக்கிறேன்னு நேத்து எதுக்காகச் சொன்னே?’

‘நான் வந்தது உங்க சுயசரிதை எழுத. ஒரு வார்த்தை கூட எழுதலே. இந்த செகரெட்ரி வேலை எனக்கு ஒத்துவராதுன்னு தோணிச்சி.’

‘அதனாலே, தணிகை என்னைப் பத்திச் சொன்னதை வச்சுக் கிட்டு, என் வாழ்க்கை வரலாற்றை நீயாவே எழுதலாம்னு பாத்தியா?’

‘அதெல்லாம் இல்லீங்க. நான் உங்ககிட்டே வேலை செஞ்சதை நீங்களும் மறந்துடுங்க. நானும் மறந்துடறேன். என் வழியிலே என்னைப் போக விடுங்க!’

‘எப்படித் தம்பி உன்னை அவ்வளவு சுலபமா விட்டுற முடியும்? போலீஸ் விட்டுடுவாங்களா?’

'போலீஸா, எதுக்கு?'

'ஒரு கொலை நடந்திருக்குது. எங்க கட்சி ஆளைக் கொலை செய்திருக்காங்க. நீ என் செகரெட்ரி. எதிர்க்கட்சிக்காரன் உன்னை விலைக்கு வாங்கி...'

'என்னாங்க சொல்றீங்க?'

'நீயும் நடு ராத்திரியிலே ஓடப் பாத்திருக்கே, அதுவும் என் பணத்தைச் சுருட்டிக்கிட்டு! போலீஸ்காரங்க கொஞ்சம் யோசிக்க மாட்டாங்களா?'

'அப்ப நான் கொலை செய்தேங்கிறீங்களா?'

'நான் சொல்லலே, தம்பி... போலீஸ்காரங்களுக்கு அப்படி யொரு சந்தேகம் வந்ததுன்னு வச்சுக்க, அதுக்காகச் சொல்றேன். உட்காரு தம்பி. என்ன செய்யலாம்னு ரெண்டு பேருமா யோசிப்போம்.'

தன்னுடைய முட்டாள்தனத்தினால் மீண்டும் இவரிடம் சிக்கிக் கொண்டு விட்டோமென்பதை வாசு உணர்ந்தான்.

'தணிகை என்ன சொன்னான்? உனக்கு என்னைப் பத்தி எந்த அளவுக்குத் தெரியும்னு எனக்குத் தெரிஞ்சாத்தான் உனக்கு என்னாலே உதவி செய்ய முடியும், புரிஞ்சுதா?'

'நான் ஏதோ கொலை செய்திட்டு ஓடற மாதிரி, கதையையே திருப்பறீங்களே?'

'அப்படித்தானே எல்லாரும் நினைப்பாங்க? நீ ஓடப் பாத் திருக்கே, சாட்சி இருக்குது, கலியன்...'

'வீரன், மங்கை.'

'அப்புறம் டேப்!' என்று கூறிவிட்டு பிரும்மநாயகம் புன்னகை செய்தார்.

'டேப்பா?' என்று திடுக்கிட்டான் வாசு.

ரெக்கார்டர் வைத்திருக்கும் இடத்தைச் சுட்டிக்காட்டிக் கொண்டே, பிரும்மநாயகம் சொன்னார்: 'மறந்து போச்சா தம்பி?

இங்கே யார் யார் வரப்போ அதை ஆன்லே வைக்கணும்னு உன்கிட்டே சொல்லியிருக்கேனே! இப்ப நானே வச்சுட்டுத்தான் உன்னைப் பாக்க வாசலுக்கு வந்தேன். புரிஞ்சுதா? அதுவும், ஆமாம், உங்க பணம் மூவாயிரம்! அது இதுன்னு நீ ஒப்புத்துக் கிட்டு வேற இருக்கே. நான் உன்னை ஒரு வம்பிலும் மாட்டி வைக்க விரும்பலே.

புத்திசாலிப் பையனா இருந்தா, நான் சொல்றதைக் கேளு. தணிகைகிட்டே நீ பேசியிருக்கே, உனக்கு என்ன தெரியும்னு எனக்குத் தெரிஞ்சாவணும். அப்படிச் சொன்னா, அது உன் நல்லதுக்குத்தான். போலீஸாலே உனக்கு ஒரு தொந்தரவும் ஏற்படாம என்னாலே பாத்துக்க முடியும். தணிகை பொய் சொல்லியிருக்க மாட்டான், அதுவும் எனக்குத் தெரியும். ஆனா நான் தணிகையைக் கொல்லலே. அப்படி நீ ஏதாவது நினைச்சுக் கிட்டிருந்தா, அது தப்பு. நான் வேற ஏதோ திட்டம் போட்டேன். அது தவறிப் போச்சு. இதுக்கு எனக்குக் காரணம் தெரிஞ்சா வணும், புரிஞ்சுதா?'

வாசு சிறிது நேரம் பேசாமல் உட்கார்ந்திருந்தான். பிறகு கேட் டான்: 'சரி. நான் தணிகை அப்படி என்கிட்டே என்ன சொன் னாருன்னு சொல்லிட்டேன்னா, என்னைப் போக விடறீங்களா?'

'அதெப்படி முடியும் தம்பி? நீயே சொல்லு. தணிகை விவகாரம் முடிஞ்சப்புறம் நீ போகலாம். டேப் அப்பவே நின்று போச்சு. இப்ப சொல்லு.'

'நீங்க அவரோட விக்ரோலியிலே இருந்தீங்கன்னு சொன்னாரு.'

'அவ்வளவுதானா?'

'இல்லே, முழு விவரமுஞ் சொன்னாரு.'

'முழு விவரம்னா?'

வாசு சொன்னான்.

பிரும்மநாயகம் அவன் சொல்லும்போது குறுக்கிடாமல், கண்களை மூடிக்கொண்டு உட்கார்ந்திருந்தார்.

அவன் சொல்லி முடித்த பிறகு சில விநாடிகள் வரை, அவர் கண்களைத் திறக்கவேயில்லை.

அவர் கண்களைத் திறந்து அவனைப் பார்த்தபோது, அவர் முகம் வேறு யாருடைய முகம் போலவோ அவனுக்குத் தோன்றியது.

அவர் அவனை உற்றுப் பார்த்துக் கொண்டேயிருந்தார்.

திடீரென்று ஓர் இனம் தெரியாத பயம் அவனுக்குள் பரவியது.

திறந்த கண்களுடன் மல்லாந்து கிடந்த தணிகை அவன் நினைவில் வந்து போனார்.

பிரும்மநாயகம் புன்னகை செய்தார்.

'தம்பி, நான் சொன்ன சொல் தவறமாட்டேன். இந்த விவகாரம் முடிஞ்சப்புறம் நீ போகலாம். ஆனா, போலீசுக்குப் போய் எல்லாத்தையும் சொல்லிடலாம்னு நினைச்சே... என்னைப் பத்தித்தான் உனக்கு இப்ப நல்லாத் தெரியுமே, சொல்ல உனக்குத் தைரியம் வராது. புரிஞ்சுதா?'

'போலீஸ் என்னைக் கேட்டா என்ன சொல்றது?'

'கேக்க மாட்டாங்க, நான் பாத்துக்கிறேன்.'

'பணத்தை எடுத்துக்கங்க. எனக்கு இனிமே இந்த செகரெட்ரி உத்தியோகம் வேணாம். நான் எங்கேயும் போகலே, விவகாரம் முடியறவரைக்கும். உங்க அவுட் - ஹவுஸ்லியே இருக்கேன், சாப்பாடு போடுங்க, சம்பளம் வேணாம்.'

'அதெப்படி முடியும்? யாருக்கும் துளிக்கூட ஒரு சந்தேகம் வரக்கூடாது. என் செகரெட்ரியாகத்தான் நீ இருந்தாவணும். வேணும்னா...'

அவர் மேலே ஒன்றும் சொல்லாமல் நிறுத்தினார். தாம் சொல்லப் போவதைப் பற்றித் தீவிரமாகச் சிந்தனை செய்கிறாரென்று தோன்றியது.

வீரனும், மங்கையும் ஓடி அவரருகில் நின்றன. அவற்றை அவர் பரிவுடன் தடவிக் கொடுத்தார்.

'புத்திசாலி நாய்ங்க. என்ன சொல்றே?' அவர் அவனைப் புன்னகையுடன் வினவினார்.

'வேணும்னா சொல்லுங்க...'

'இன்னொரு இடைத் தேர்தல் வரப் போவுது. உன்னை நிக்க வைக்கலாம்னு பாக்கறேன்.'

அவன் திடுக்கிட்டான்.

திறந்த கண்களுடன் மல்லாந்து கிடந்த தணிகை அவன் நினை வில் மறுபடியும் வந்தான்.

9

ஆலிவர் பெரியநாயகம் தனபால், தான் விட்டெறிந்த கட்சிச் செய்தித்தாளை மீண்டும் படித்தான்.

'தணிகை நல்லவர், வல்லவர், தமிழ்ச் செம்மல், அறிவின் குன்று, அன்பிற்கோர் உறைவிடம், உடன் பிறவா உயிர்த் தோழர், தமிழர் பெருந்தகை. டாக்டர் பிரும்மநாயகம் நற்சொல் பேணி, தேர்தல் களம் குதித்த, அறிவை மறமாகக் கொண்ட அண்ணல். தமிழன்னை தலைமைந்தனை இழந்து, கண் ணீர் உகுத்து, கை பிசைந்து கலங்கி நிற்கி றாள். அன்பனை இழந்து, அளவில்லா அருந் துயரில் ஆழ்ந்திருக்கும் அரும் பெருந்தலை வர் பிரும்மநாயகத்துக்கு அருந்துணை ஆற் றும் வகையில், கட்சிக் கட்டுப்பாட்டுடன், கண்ணியம் மிக்க அரசியலுக்காக நாம் போராடு வோம். காவலர் நினைவில் கொள்க, தமிழர் கண்மலரைக் கொய்த கயவனைக் கண்டறிவது அவர்தம் பொறுப்பு!'

இப்பொறுப்பு அவனிடம் ஒப்படைக்கப் பட்டிருக்கிறது.

'இது அரசியல் விவகாரம். நாசூக்கா, ஜாக்கிரதையா, யார் மனசும் புண்படாம, பொறுமையா விசாரிக்கணும்னுதான் உன் கிட்டே கொடுத்திருக்கேன் கேஸை!' என்று அவனிடம் அவன் மேலாளர் ராஜகோபால் கூறியபோது அவனுக்குச் சிரிப்பு வந்தது.

'யார் மனசும் புண்படாம எப்படிக் கண்டுபிடிக்க முடியும்? கண்டு பிடிச்சா, யார் மனசாவது புண்பட்டுத்தானே ஆவணும்?' என்று அவன் கேட்டான்.

'கண்டுபிடிச்சப்புறந்தானே? விசாரிக்கறப்போ சொல்றேன்.'

'பெருந்தலைகள் சம்மந்தப்பட்டிருந்தா?'

'தோ பாரு, நம்ம கடமையை நாம் செய்வோம். இதிலே தாட்சண்யம் ஒண்ணும் வேணாம். தண்டனை கொடுக்கறது அவங்க கையிலே இருக்குது, இதுக்கு நாம என்ன செய்ய முடியும்?'

ராஜகோபால் படிப்படியாக முன்னேறியவர். நேர்மையின் காரணமாக, வெகுதூரம் முன்னேறவில்லை. அவருக்கு ஜுனி யராக இருந்தவர்களில் சிலர் நாட்டு அரசியல் சூழ்நிலையில், 'நேர்மையை மற!' என்ற புதிய ஆத்திச்சூடியைக் கற்றவர்களாதலால், அவரைத் தாண்டி மேலே எத்தனையோ தூரத்துக்குப் போய் விட்டார்கள். கோட்டையிலிருந்து அவர்கள் இடும் கட்டளையைத்தான் அவர் நிறைவேற்ற வேண்டியிருக்கிறது.

ஆலிவர் பெரியநாயகம் தனபால், (நண்பர்களுக்கு, 'ஓ.பி.டி.') கேஸ் ஃபைலைத் திரும்பித் திரும்பிப் படித்ததிலிருந்து ஒன்று தெரிந்தது. பிரும்மநாயகம் இதில் சம்பந்தப்பட்டிருக்கிறார். 'நாசூக்கு, ஜாக்கிரதை, பொறுமை' எல்லாம் இதன் காரணமாகத் தேவைப்படுகின்றன.

அவரைக் காணத்தான் அவன் புறப்பட்டுக் கொண்டிருந்தான்.

ஃபோன் ஒலித்தது. அவன் எடுத்தான்.

ராஜகோபால்.

'ஓ.பி.டி.யா?'

‘ஆமாம் பிரும்மநாயகம் வீட்டுக்குப் புறப்பட்டுக் கிட்டிருக் கேன்.’

‘அதைப்பத்திப் பேசத்தான் கூப்பிட்டேன். அவர்கிட்டே நிதானமா பேசு. உன் யூகங்கள் அனைத்தையும் உன் மனசிலே வச்சுக்க. அதிகாரமா பேசுவாரு, அடங்கிப்போ. ஆனா கடமையை மறந்துடாதே.’

‘சரி.’

‘விஷ் யு குட் - லக்.’

‘தாங்க் யூ, ஸார்.’

அவன் பிரும்மநாயகத்தின் வீட்டுக்குப் போய் மணியை அழுத்தினான்.

கதவைத் திறந்தவன் ஓரிளைஞன். அவர் செகரெட்ரி வாசுவாக இருக்கவேண்டுமென்று ஆலிவர் நினைத்தான்.

‘வாங்க, டாக்டர் பிரும்மநாயகம் உங்களுக்காகக் காத்துக் கிட்டிருக்காரு.’

‘நீங்கதான் வாசுவா?’

‘ஆமாம், உள்ளே வாங்க.’

பிரும்மநாயகம் அவனை ஏறிட்டு நோக்கினார்.

‘வா, தம்பி. உன் பேரை என்னமோ நீளமா சொன்னாங்களே, என்ன பேரு?’

‘ஆலிவர் பெரியநாயகம் தனபால். வேடிக்கையா ஓ.பி.டின்னு கூப்பிடுவாங்க.’

‘நான் என்ன, ஆஸ்பத்திரின்னு கூப்பிடவா?’ என்று கேட்டுவிட்டு அவர் உரக்கச் சிரித்தார்.

‘எப்படி வேணுமானாலும் கூப்பிடுங்க. எங்க வேலைக்கும் ஆஸ்பத்திரிக்கும் நிறையச் சம்பந்தம் இருக்குது.’

‘உட்காரு தம்பி. வாசு! நீ போ, உன் வேலையைப் பாரு.’

'அவர் உங்க செகரெட்ரிங்களா?'

'ஆமாம், என்ன வேணும்?'

'அவர்தானே, அந்த மிரட்டல் கடிதத்தைப் போலீசுக்குக் கொடுத்தவரு? அவரைக் கொஞ்சம் விசாரிக்கலாம்னு...'

'அவர்தான் அந்தக் கடிதத்தை எழுதிக் கொடுத்திட்டு, தணிகையைக் கொலை செய்தார்ங்கறீங்களா?'

'அப்படி இல்லீங்க. வந்து...'

'என்ன வந்து, போய்? ...தும்பை விட்டு வாலைப் பிடிக்கறீங்களா? வாசு மிரட்டல் கடிதத்தைக் கொடுத்திருக்கான். என்னய்யா நடவடிக்கை எடுத்தீங்க? எருமைக் கணக்கா 'மச மச'ன்னு இருந்திட்டு, ஆள் போனப்புறம் என்ன சுறுசுறுப்பு வேண்டிக் கிடக்குது? எது வேண்டுமானாலும் என்னைக் கேளு, பதில் சொல்றேன். புரிஞ்சுதா? கடிதம் கொடுத்ததோட, அவன் கடமை முடிஞ்சு போச்சு... வாசு, நீ போகாப்பி'

வாசு உள்ளே போய்விட்டான்.

'நான் என்ன செய்யணுங்கிறீங்க? சொல்லுங்க, செய்யறேன்.'

'முதல்லே காபி குடி.'

அவர் இன்டர்-காமில் காபி கொண்டு வரும்படி சொன்னார்.

'நான் காபி குடிக்கறதில்லீங்க.'

'பின்னே! விஸ்கி, ரம்?'

'எதுவுமே குடிக்கறதில்லீங்க'

'நல்ல பையன், அப்படித்தானே?' என்று சிரித்துக்கொண்டே கூறியவாறு, இன்டர் - காமில் காபி வேணாம்ப்பா என்றார் பிரும்மநாயகம்.

அப்பொழுது வீரனும் மங்கையும் குரைத்துக்கொண்டே ஓடி வந்தன.

'ஏய்! இப்படி வாங்க!' என்றார் பிரும்மநாயகம்.

அவை வாலை ஆட்டியவாறு, அவர் காலருகில் வந்து படுத்துக் கொண்டன.

'உங்க டி.ஜி.கிட்டே ரெண்டு நா குட்டி இருக்குது. தெரியுமா, அது ரெண்டும் இதுக குட்டிதான். நான் கொடுத்தது.'

'அப்படிங்களா?'

அப்பொழுது ஃபோன் ஒலித்தது. வாசு எடுத்துப் பேசிக் கொண்டிருந்தான்.

'வாசு, இங்கே வா!'

வாசு வந்தான்.

'யாரு, சி.எம்.மா?'

'இல்லீங்க, பத்திரிகைக்காரங்க. உங்களைப் பாக்கணுமாம்!'

'இப்ப டயம் இல்லேன்னு சொல்லு. சி.எம். ஃபோன் செய் தார்னா, வந்து பேசறேன்.'

'சரிங்க.'

'இன்னொரு விஷயம். பத்திரிகைக்காரன் துருவித் துருவி கேப் பான். மிரட்டல் கடிதத்தைப் போலீஸ்கிட்டே கொடுத்து, நட வடிக்கை எடுக்கச் சொன்னதைப் பத்தி அவங்ககிட்டே சொல்ல வேணாம். அப்புறம், போலீஸ் இன் எஃபிஷென்ஸி அது இதுன்னு எழுதி, நார்நாரா கிழிச்சுப் போடுவான். என்ன நான் சொல்லறது! ஆஸ்பத்திரி, சரிதானே?'

'ஆமாங்க.'

வாசு உள்ளே போனான்.

பிரும்மநாயகம் நிதானமாகப் பேசத் தொடங்கினார்.

'வேதமூர்த்திக்கு ஆதரவா இருக்கிற ஒரு ஆளு இந்த மிரட்டல் கடிதம் எழுதியிருக்கான். வேதமூர்த்திக்கு இது தெரியுமா தெரியாதான்னு நமக்குத் தெரியாது. ஆனா அதுக்கப்புறம் தணிகை கொலை செய்யப்பட்டிருக்காரு. வேதமூர்த்திக்கும்

இந்தக் கொலைக்கும் சம்பந்தம் உண்டான்னும் நமக்குத் தெரியாது. அப்படி மிரட்டல் கடிதம் அனுப்பிட்டு அவர் கொலை செய்யக் கூடிய அளவுக்கு அவர் முட்டாளுமில்லே. புரிஞ்சுதா?'

'ஆமாங்க!' என்றான் ஆலிவர்.

'ஆனா, இப்படி யோசிப்பாங்கங்கிறதையே தமக்குச் சாதகமா அவர் வச்சிட்டிருப்பாரோன்னும் யோசிக்கத் தோணுது.'

'ஆமாங்க.'

'அதனாலே நீ இதை ரொம்பக் கவனமா விசாரிச்சாகணும். தணிகைக்கு வேறு யாரு எதிரி இருப்பாங்கன்னு நினைக்கிறப்போ, அந்த ஆளு வெகுளி ஆளு. குணத்திலே தங்கமானவரு. ஒரு சின்னக் குழந்தைக்குக் கூட தீங்கு நினைக்காத வெள்ளை மனசு. தனிப்பட்ட முறையில் அவருக்கு நிச்சயமா எதிரியே இருக்கவே முடியாதுங்கிறதுதான் என்னோட அபிப்பிராயம். அப்ப ஒண்ணும் புரியலே.'

அவர் குரல் திடீரென்று ஓங்கி ஒலித்தது. 'அவரைக் கொன்ன படுபாவிப்பய மவன் எவனா இருந்தாலும், கண்டுபிடிச்சு தீர்ப்பளிக்கிறவரைக்கும், என் மனசு ஆறாது. கண்டுபிடிக்கிற வரைக்கும் நானும் ஓட ஓட விரட்டிக்கிட்டிருப்பேன், புரிஞ்சுதா?'

'சரிங்க.'

சிறிது நேரம் அங்கு அமைதி நிலவியது.

பிரும்மநாயகம் கேட்டார். 'வேற எதாவது கேள்வி கேக்கணுமா?'

'இல்லீங்க!'

ஆலிவர் எழுந்திருந்தான்.

'வேதமூர்த்தியை விசாரிக்கப் போறீங்களா?'

'ஆமாம். நீங்க சொன்ன மாதிரி கவனமா!'

பிரும்மநாயகம் அவனை உற்றுப் பார்த்துக் கேட்டார்: 'கிண்டல் செய்யறியா?'

'இல்லீங்க. போலீஸ் உத்தியோகத்திலே இருக்கிறவர்களுக்குக் கிண்டல், நகைச்சுவை இந்த மாதிரி ஆடம்பரங்கள்ளாம் கட்டுப் படியாகுங்களா? எங்களுக்கு ரெண்டும் ரெண்டும் நாலுங் கிறதைத் தவிர வேற ஒண்ணும் தெரியாது, தெரியக்கூடாது, இல்லீங்களா?'

அவர் ஏதோ யோசனையிலாழ்ந்தவாறு, நாய்களைப் பரிவுடன் தடவிக் கொடுத்தார்.

'நீ குற்றவாளியைக் கண்டுபிடி. நான் சி.எம்.கிட்டேயே நேரே பேசி, உனக்குப் பதவி உயர்வு வாங்கித் தரேன், புரிஞ்சுதா?'

'நல்லதுங்க, இன்னொரு விஷயம். தணிகைக்கு ஃபோன் வந்தது, அவர் உடனே புறப்பட்டுப் போனார்னு அவருடைய ஆளு சொன்னானே! யார் ஃபோன் செய்திருப்பாங்க, உங்களுக்கு ஏதாவது ஊகமிருந்தா சொல்லுங்க, எனக்கு உபயோகமா இருக்கும்.'

'வேதமூர்த்தியா இருக்கலாம்!'

'வேதமூர்த்தி கூப்பிட்டு அவர் உடனே புறப்பட்டுப் போவாருங் களா?'

'பின்னே யாரா இருக்கும்னு நீ நினைக்கிறே?'

'எனக்குத் தெரியலங்க! நீங்க சொல்லுங்க, கேட்டுக்கறேன்.'

'வேதமூர்த்தி நேரே கூப்பிட்டிருப்பாரா? வேறு யார் மாதிரியோ பேசியிருக்கலாம்!'

'உங்க மாதிரியா?'

'இருக்கலாம். தணிகை படிச்சவரே தவிர, இந்த மாதிரி விஷயங் கள்ளே அவருக்கு யோசிச்சுப் பார்க்கணும்னு தோணியிருக் காது.'

'அப்ப அவர் உங்க வீட்டுக்கில்லே புறப்பட்டு வந்திருக்கணும்? அது சாத்தியமில்லே! அதனாலே...'

'அதனாலே என்ன சொல்லு?'

'ஒண்ணு - வேறு யாராவது அவருக்கு வேண்டியவங்க, இது உங்களுக்குத் தெரியாம கூட இருக்கலாம். கூப்பிட்டு அவர் புறப்பட்டுப் போயிருக்கணும், இல்லாட்டி...'

'இல்லாட்டி?'

'வேதமூர்த்தி அவரை, வேற ஏதாவது ஒரு முக்கிய காரணம் காட்டிக் கூப்பிட்டிருக்கலாம்! அந்த முக்கியக் காரணம் என்ன வாயிருக்குங்கிறதைப் பத்தியும் யோசிக்கணும். தணிகை உங்க ளோட நண்பர்தான், இல்லேன்னு நான் சொல்லலே. ஆனா நம்ம நண்பர்களைப் பத்தி எல்லா விவரங்களும் நமக்குத் தெரியுங் களா? ஒவ்வொருத்தருக்கும் பல முகங்கள் இருக்குது. அதை வச்சுக்கிட்டு முடிவு செய்யறதும், பல சமயங்கள்ளே தப்பாப் போயிடும்.'

'என்ன சொல்றே நீ?'

'வேதமூர்த்தி அவரை ஏன் பேரம் பேச அழைச்சிருக்கக் கூடாது?'

'என்ன பேரம்?'

'நீ தேர்தல்லேர்ந்து விலகிக்க. உனக்கு நான் இத்தனை பணம் தரேன்னு?'

'அப்படிக் கூப்பிட்டுக் கொன்னுட்டாங்கிறியா?'

'நான் ஒரு முடிவுக்கும் வரலீங்க. தணிகை நீங்க சொல்ற மாதிரி ஆளா இருந்தா, பேரத்துக்கு ஒப்புக்காம இருந்திருக்கலாம். அப்ப வேதமூர்த்தி கோபத்திலே எது வேணுமானாலும் செய் திருக்கலாம். பேரத்துக்கு ஒப்புக்கொள்ளாத ஆளு, வேத மூர்த்தி கூப்பிட்டவுடனே எதுக்காகப் போவணுங்கிற கேள்வி எழுவது. பேரத்துக்கு ஒப்புக் கொள்ற ஆளா இருந்தா, அவரைக் கொல்லறதினாலே வேதமூர்த்திக்கு என்ன லாபம்னு இன்னொரு கேள்வி!'

'தோ பாரு, எனக்கு இந்தக் கேள்வி பதிலெல்லாம் ஒண்ணும் வேணாம். எனக்கு முடிவுதான் முக்கியம், புரிஞ்சுதா? வேலையைக் கவனி!'

ஆலிவர் அலுவலகத்துக்குச் சென்றபோது, அங்கு ராஜகோபால் இருந்தார்.

'என்னப்பா ஓ.பி.டி? என்ன ஆச்சுது?' என்றார் அவர் புன்னகையுடன்.

'கொஞ்சம் கஷ்டமான ஆளுதான். நான் எப்படி வேலை செய்ய ணும்னு பல யோசனைகள் சொன்னாரு. நான் கண்டுபிடிக்கிற வரைக்கும், ஓடஓட விரட்டிக்கிட்டே இருப்பாராம். அவரோட செகரெட்ரியை என்னோட பேசவே விடலே. அந்த ஆளோடு எப்படியாவது நான் பேசியாவணும். நேரே கூப்பிட்டுப் பேச முடியாது. 'சி.எம்' அது இதுன்னு பயமுறுத்திப் பார்க்கிறாரு.'

'பயமுறுத்தலேப்பா. நிஜமாகவே அந்த ஆளுக்கு அந்த அள வுக்குச் செல்வாக்கு இருக்குது. நீ என்ன, பிரும்மநாயகம் இதிலே தீவிரமா சம்பந்தப்பட்டிருக்காருங்கிறயா?'

'அப்படித்தான் தோணுது.'

'தணிகை அவரோட ஆளு. எதுக்காக அவரை பிரும்மநாயகம் கொல்லணும்?'

'கொன்னிருக்காருன்னு நான் சொல்லலே. அவருக்கும் தணிகைக் கும் என்ன சம்பந்தம், எப்படித் திடீர்னு முளைச்ச ஒரு ஆளை அவர் தேர்தல்லே நிக்கவச்சாரு, தணிகையோட பூர்வோத்திரம் என்ன, எல்லாத்தையும் விசாரிச்சாவணும். அவர் வெளிநாட்டி லேர்ந்து வந்தவரு. அறிவின்குன்று, நல்லவரு வல்லவரு என்கிற கதையெல்லாம் நான் நம்பத் தயாராயில்லே. தணிகை வீட்டிலே வேலை செய்த ஆளை, கேஸ் முடியற வரையிலும் எங்கேயும் போகக் கூடாதுன்னு நாம சொல்லியிருக்கணும். அந்த ஆளு எங்கே போனான்னே நமக்கு இப்ப தெரியலே. பிரும்மநாயகம் தனக்குத் தெரியாதுன்னு சொல்லறதை என்னாலே நம்ப முடியலே... அந்த ஆளை எப்படியாவது நான் கண்டுபிடிச்சா வணும்.'

'அந்த செகரெட்ரியைப் பாக்க என்ன திட்டம் போட்டிருக்கே? அந்த ஆளும் ரொம்ப முக்கியமான ஆளுன்னுதான் எனக்குப் படுது.'

'எப்படியானாலும் அவரைப் பார்க்காம விட மாட்டேன். இது நிச்சயம். இப்ப வேதமூர்த்தியை விசாரிச்சாவணும். அவர்தான் கொன்னிருப்பார்னு பிரும்மநாயகம் என்கிட்டே சொல்லாம சொல்லிட்டாரு. ஏன் சொல்றாருங்கிறதுதான் முக்கியமான விஷயம்.'

10

வேதமூர்த்தி, ஆலிவரை இன்முகத்துடன்
வரவேற்றார். அவர் தன்னை வீட்டில் ஏன்
சந்திக்க விரும்பாமல், கடைக்கு வரச்
சொன்னாரென்பது ஆலிவரைச் சற்றுச்
சிந்திக்க வைத்தது.

கடையில் அவருக்கு ஒரு தனி அறை இருந்
தது. அறையில் அவர் ஊட்டியைக் கொண்டு
வந்திருந்தார். வெய்யிலில் வந்த ஆலிவ
ருக்கு இது மிகவும் ஆறுதலைத் தந்தது.

'என்ன குடிக்கறீங்க? காபி, கூல்டிரிங்ஸ்?'

'ஒண்ணும் வேணாம், தாங்க்ஸ்.'

வேதமூர்த்தி மேஜையிலிருந்த பேப்பர்
வெயிட்டை உருட்டிக் கொண்டிருந்தார்.
அவர் வெளிப்பார்வைக்குப் பதற்றமில்லா
மல் காணப்பட்டாலும், உள்ளுக்குள் சலன
முற்றிருந்தார் எனத் தோன்றியது.

'தணிகையை எப்ப நீங்க முதல்லே பார்த்
தீங்க?'

'பிரும்மநாயகம் வீட்டிலே.'

'அவரைத் தேர்தல்லே நிக்கவைக்கப் போறேன்னு பிரும்ம நாயகம் சொன்னப்போ உங்களுக்கு என்ன தோணிச்சு?'

'ஆச்சரியமா இருந்தது. தணிகையே இதை எதிர்பார்க்கலேன்னு எனக்குப் பட்டது.'

'ஏன்?'

'அவரு ஒரு வகையான அதிர்ச்சியோட அவரைப் பார்த்தாரு. பிரும்மநாயகம் செகரெட்ரியும் இதை எதிர்பார்க்கலேன்னு அவரோட முகத்திலேர்ந்தும் தெரிஞ்சுது.'

'அப்ப நீங்க கோபப்பட்டது எனக்கு நியாயமாகத்தான் படுது.'

'நான் கோபப்படலே, வருத்தமா இருந்தது.'

'கோபப்பட்டு எதேதோ சொன்னதா பிரும்மநாயகம் சொன் னாரு.'

'நான் எதுக்குங்க கோபப்படணும்? முதல்லே நில்லுன்னாங்க. அப்புறம் வேணாம்னாங்க. இது அவங்க இஷ்டம். நான் என்ன செய்ய முடியும்? நான் தேர்தலை நம்பி இல்லே. எனக்கு பிஸி னஸ் இருக்குது. அரசியலா எனக்குச் சோறு போடுது?'

'அப்ப மத்த கட்சிக ஆதரவோட சுயேச்சையா நிக்க ஏன் தீர்மானிச்சீங்க?'

'அவங்க வற்புறுத்தினாங்க. கட்சி அரசியல் வேணாம்னு தனியா நிக்கறேன். இதிலே என்ன தப்பு?'

'ஒரு தப்புமில்லே... தனியா நின்னாலும் இது அரசியல்தானே? அதுக்காகக் கேட்டேன்.'

வேதமூர்த்தி சிறிது நேரம் பேசாமலிருந்துவிட்டு பிறகு கேட்டார்: 'எலெக்ஷனுக்கும் இந்தக் கொலைக்கும் என்ன சம்பந்தம்?'

'சம்பந்தம் இருக்குதா இல்லையான்னு எனக்குத் தெரியாது. எல்லாக் கோணத்திலேர்ந்தும் பாத்தாத்தானே நல்லது?'

'தணிகைக்கும் அரசியலுக்கும் இதுவரைக்கும் சம்பந்தமில்லே. ஆனா, பிரும்மநாயகத்துக்கும் அவருக்கும் ஏதோ சம்பந்த

மிருக்குது. அவரை வேற ஏதோ காரணத்துக்காகப் பாக்க வந்த வரை, பிரும்மநாயகம் அரசியல்லே இழுத்து விட்டிருக்காரு. ஏன்? அவங்க கட்சிக்காரங்களுக்கே இது புரியலே. பல பேருக்குப் பிடிக்கவுமில்லே.'

'பிடிக்கலேன்னு உங்களுக்கு எப்படித் தெரியும்?'

'என்கிட்டே அந்தரங்கமா ஒப்புத்துக்கிட்டாங்க. தணிகையை அவர் பில்ட் அப் செய்த விதமும் எல்லாருக்கும் ஆச்சரியமா இருந்தது. 'தணிகை பணக்காரரு, படிச்சவரு, அயல் நாட்டி லேர்ந்து வந்தவரு - எல்லாம் கதை. விசாரிச்சுப் பாருங்க. அவரிருந்த வீடு, செய்த செலவு எல்லாம் பிரும்மநாயகத்தோட கறுப்புப் பணம். தணிகை பேரிலே அவருக்கு ஏன் இவ்வளவு அக்கறைங்கிறதுதான் ஒரு பெரிய புதிர்.'

'நீங்க என்ன நினைக்கறீங்க, பிரும்மநாயகந்தான் இந்தக் கொலையிலே சம்பந்தப்பட்டிருக்கிறாருங்கறீங்களா?'

'அது எனக்குத் தெரியாது. தணிகையை அவர் பில்ட் அப் செய்யப் பார்த்தாலும், அவர் எதிர்பார்ப்புக்கு தணிகையாலே ஈடு கொடுக்க முடியலே. பயங்கரக் குடி.'

'எப்படித் தெரியும் உங்களுக்கு?'

'அவரோட ப்ரெஸ் கான்ஃபரென்சுக்கு எக்கச்சக்கமாகக் குடிச் சிட்டு வந்து ஏதேதோ உளறியிருக்காரு. அவங்க கட்சிப் பத்திரிகைக்காரங்க அந்த உளறலையெல்லாம் பொன்மொழியா எடுத்துப் போட்டிருக்காங்க. படிச்சுப் பாருங்க.'

'அவர் வீட்டிலே முருகைய்யன்னு ஓர் ஆளு வேலை செஞ்சானே, அவனைப்பத்தி உங்களுக்கு ஏதாவது தெரியுமா?'

'தெரியாது.'

'அவன் இப்ப எங்கே இருக்கான்னு தெரியலே.'

'ஓடிட்டானா?'

'ஓடலே... அவன் வேலையை விட்டு நின்னுட்டாங்கிறாரு பிரும்மநாயகம். எங்கே போனான்னே தெரியலே... நீங்க தணிகையைப் பாத்துப் பேச விரும்பியதுண்டா?'

'எதுக்காக?'

'அவர் விரும்பி, தேர்தலுக்கு நிக்கலேன்னு உங்களுக்குத் தெரியும். ஒருவேளை அவரோடயே நேரே பேசி...'

'அப்படி நான் நினைக்கவேயில்லை. நினைச்சிருந்தாலும் பேசியிருக்க முடியாது. அவர் அந்தப் பங்களாவிலே ஒரு கைதி மாதிரி இருந்தாரு. பிரும்மநாயகத்துக்குத் தெரியாம அவர் ஒரு இடத்துக்கும் போயிருக்க முடியாது.

'தணிகையைப் பத்தி நிறைய விஷயம் தெரிஞ்சு வச்சிருக்கீங்களே!'

'மத்தவங்க சொல்லித்தான்.'

'மத்தவங்கன்னா?'

'பிரும்மநாயகம் ஆளுகதான். உட்பூசல் நிறைய இருக்குது.'

'பிரும்மநாயகம் ஆளுகன்னா? குறிப்பா சொல்ல முடியுமா?'

வேதமூர்த்தி பதில் சொல்லவில்லை. பேப்பர் வெயிட்டை வேகமாக உருட்டினார்.

'நீங்க சொல்ற எதுவும் எங்களுக்கு உபயோகமாக இருக்குமுங்க. ப்ளீஸ் ஹெல்ப் அஸ்!'

'தணிகையோட டம்மின்னு ஒரு ஆளை நிறுத்தி வச்சிருக்காங்களே, அவரு ஒரு பவர்ஃபுல் காண்டிடேட்டுங்க. அவரு டம்மிங்கிறதே பல பேருக்குப் பிடிக்கலீங்க.'

'தணிகை இல்லேன்னா, அவரே கட்சி வேட்பாளரா இருந்திருப்பாரு, அப்படித்தானே!'

'தணிகையை நிக்க வச்சிட்டு, ஒரு பவர்ஃபுல் காண்டிடேட்டா எதுக்காக டம்மியா நிக்க வச்சாருங்கிறதும் யாருக்கும் புரியலே.'

'அவரு பேரென்ன?'

'டம்மி காண்டிடேட்டா?'

'ஆமாம்.'

'வெற்றிச் செல்வன்.'

'தணிகை போனதிலே இப்ப அவருக்குத்தான் வாய்ப்பு! இல்லையா?'

வேதமூர்த்தி புன்னகை செய்தார். பிறகு சொன்னார். 'போலீஸ் காரங்க யாரை வேணுமானாலும் சந்தேகப்படுவீங்க போலிருக் குது. வெற்றிச் செல்வன் அந்த மாதிரியான காரியமெல்லாம் செய்யக் கூடிய ஆளில்லே.'

'நாங்க போலீஸ்காரங்க. எல்லாரையும் சந்தேகப்பட்டுத்தான் கடைசியிலே ஒரு முடிவுக்கு வரமுடியும்.'

'என்னைச் சந்தேகப்படறீங்களா?' என்று சிரித்துக்கொண்டே கேட்டார் வேதமூர்த்தி.

'ஏன் அப்படிக் கேக்கறீங்க?'

'தணிகை எனக்குப் போட்டியா வந்தவருன்னு எனக்கு அவர் பேரிலே கோபமிருக்கலாமில்லையா? அப்படி எனக்குக் கோபமிருந்தா, என் கோபம் யார் பேரிலே இருக்கும்? தணிகை பேரிலா, பிரும்மநாயகம் பேரிலா? தணிகை ஒரு பொம்மை, ஆட்டிவைக்கிறவரு பிரும்மநாயகம். ஆனா, செத்திருக்கிறது தணிகை. அதையும் யோசிச்சுப் பாப்பிங்க, அப்படித்தானே!'

'நீங்கள் போலீஸ்லே இருந்திருக்கலாம் போலிருக்குதே!' என்றான் ஆலிவர் சிரித்துக் கொண்டே.

'சேரத்தான் விரும்பினேன். எங்கப்பாக்கு அதிலே இஷ்டமில்லே. ஒரே பிள்ளை. ஃபாமிலியா பிஸினஸ்ஸை யார் நடத்தறதுன்னு என்னை இழுத்து வந்து இங்கே உக்கார வச்சிட்டாரு.'

'நான் ஒரு போலீஸ்காரன். போலீஸ்காரராக விரும்பியவர் நீங்க. நான் கேக்கப் போற கேள்வி நமக்குள்ளே இருக்கட்டும். பிரும்ம நாயகம் இந்தக் கொலையைச் செய்திருப்பார்னு நீங்க நினைக்க றீங்களா?'

திடீர்னு வந்த இந்தக் கேள்வியைக் கண்டு, வேதமூர்த்தி ஒரு கணம் திடுக்கிட்டார்.

'உங்களுக்கு விருப்பமில்லேன்னா பதில் சொல்ல வேணாம்.'

'உண்மையாகவே கேக்கறீங்களா?'

'ஆமாங்க.'

'தணிகைக்கும் பிரும்மநாயகத்துக்கும் என்ன சம்பந்தம் கிறதைப் பொறுத்துத்தான் இருக்குது, இந்தக் கேள்விக்குப் பதில்! தணிகை ஒரு குடிகாரர். திடீர்னு அவர் வீட்டுக்கு வந்திருக்காரு. பிரும்மநாயகத்தை 'நீ', 'வா', 'போ'ன்னு சொல்ற அளவுக்கு அவருக்கு உரிமை இருந்திருக்குது. அவ ருக்கு பிரும்மநாயகத்தைப் பற்றி ஏதோ தெரிஞ்சிருக்குது. அவர் வாயை அடக்கிப் போடத்தான் பிரும்மநாயகம் அவரை அரசியல்லே இழுத்து விட்டாரோன்னு எனக்குச் சந்தேகம். ஆனா குடிகாரர் வாயை அடக்கிறது அவ்வளவு சுலபமில்லே. எதானும் சந்தர்ப்பத்திலே, தணிகையை அவராலே கட்டுப் படுத்த முடியாமப் போயிருக்கலாம். ஒரே கல்லிலே ரெண்டு மாங்காய்ங்கிற மாதிரி சந்தேகம் என் பேரிலே வரும்படியா, அந்த மிரட்டல் கடிதம் எழுதி... அதைப்பற்றி தான் உங்க ளுக்குத் தெரிஞ்சுருக்குமே! அந்தக் கடிதத்தைப் பற்றிக் கூட ஆரம்பத்திலே என்னை விசாரிச்சாங்க. ரொம்ப சாமர்த்தியமா செய்திருக்காறோன்னு எனக்குத் தோணுது.'

'ஆனா, அவரு உங்களைச் சந்தேகப்படலேன்னுதான் என் கிட்டே சொன்னாரு.'

'அப்படியா?'

'மிரட்டல் கடிதம் எழுதிக் கொலை செய்யற அளவுக்கு நீங்க முட்டாளில்லேன்னாரு.'

'அப்படியா?'

வேதமூர்த்தி சிறிது நேரம் மௌனமாக இருந்தார். தாம் பிரும்மநாயகத்தைப் பற்றிச் சொன்னது சரிதானா என்று அவர் யோசிக்கிறார் என்று ஆலிவருக்குப்பட்டது.

'நீங்க சொல்றதைப் பார்த்தா, பிரும்மநாயகத்துக்கும் இந்தக் கொலைக்கும் சம்பந்தமில்லேன்னுதான் இப்ப எனக்குப் படுது.'

'நீங்க தணிகைக்கு ஃபோன் செய்ததுண்டா?'

'இ..ல்..லே..'

'கொலை நடந்த அன்னிக்குக் காலையிலே நீங்க ஃபோன் செய்தீங்கன்னு எங்களுக்குத் தகவல். அதுக்காகக் கேட்டேன்.'

இருட்டிலே கல்லெறிந்து பார்ப்போமே என்றுதான் மனமறிந்து பொய் சொன்னான் ஆலிவர்.

'உங்களுக்கு எப்படித் தெரியும்?'

'அது முக்கியமில்லே. நீங்க பூரா உண்மையைச் சொன்னாத்தான் உங்களுக்கு நல்லது.'

வேதமூர்த்தி சில விநாடிகள் அமைதியாக இருந்தார். பிறகு சொன்னார். 'ஆமாம், பண்ணேன்.'

'எதுக்காகப் பண்ணீங்க?'

'தணிகைக்குத் தண்ணி கொடுத்தா எல்லாத்தையும் உளறிவிடு வார்னாங்க. அவரைக் கூப்பிட்டு பிரும்மநாயகத்தைப் பத்தித் தெரிஞ்சுக்கலாம்னு பண்ணேன்.'

'அவரு தண்ணின்னவுடனே வருவார்னு எதிர்பார்த்தீங்களா?'

'இல்லே. 'பிரும்மநாயகம் உங்களையும் கடைசி நிமிஷத்திலே காலை வாரி விடறதா இருக்காரு. அதுக்குச் சாட்சி வேணும்னா எங்க வீட்டுக்கு வாருங்களேன்னேன். கொடுத்திட்டார்னா தேர் தல்லே நிக்கறதா இல்லே. அவர் காலை வாரிவிட்டா என்ன, வாரி விடாட்டி என்னன்னாரு. அவரு உங்களுக்குப் பணம் கொடுக் கறதா இல்லே உங்க உசிருக்கு ஆபத்து, நான் பணம் தரேன். நீங்க தலைமறைவா போயிடுங்கன்னேன். உடனே வர்றதா சொன் னாரு. ஆனா வரலே. அதனால்தான் எனக்குப் பிரும்மநாயகம் பேரிலே சந்தேகம் வந்தது. ஒருவேளை நாங்க. ஃபோன்ல பேசினது தெரிஞ்சு...'

'நீங்க சொன்னது உண்மையா?'

'இல்லே. அவரை என் வீட்டுக்கு வரவழைக்கணுங்கிறத்துக் காகச் சொன்னேன். சத்தியமா சொல்றேன். இதுதான் உண்மை யிலே நடந்தது.'

அப்படியானால், இவர் ஃபோன் செய்தது பிரும்மநாயகத்துக்குத் தெரிந்திருக்க நியாயமில்லை. இந்தத் தகவல் தனக்கு எட்டும்படி எப்படியாவது செய்திருப்பாரென்று ஆலிவருக்குத் தோன்றியது. அவருக்குத் தெரியாது என்றிருந்தால், அவர் தணிகையைக் கொல்லவேண்டிய அவசியமுமில்லை.

'நாங்க ஃபோன்ல பேசினது தெரிஞ்சு...' என்று வேதமூர்த்தி பன்மையில் சொல்லுவானேன்?

'நாங்கன்னு சொன்னீங்களே! உங்களோட இன்னும் யார் இருந்தாங்க?'

அவர் இதை எதிர்பார்க்கவில்லை.

'வந்து... ஒரு பேச்சுக்காகச் சொன்னேன்.'

'தயவு செய்து சொல்லுங்க.'

'பிரும்மநாயகத்துக்குப் பிடிக்காத அவங்க கட்சி ஆளுக ரெண்டு பேர் இருந்தார்கள்.'

'பேரைச் சொல்லுங்க.'

'அவங்களுக்கும் இதுக்கும் எந்தச் சம்பந்தமுமில்லீங்க. எனக்கு நிச்சயமா தெரியும்.'

'அதை நான் பார்த்துக்கிறேன். நீங்க சொல்லுங்க.'

'அவங்க ஏற்கெனவே பயந்து கிடக்கிறாங்க. தயவு செய்து...'

'சொன்னா உங்களுக்கு நல்லது. அதான் என்னாலே சொல்ல முடியும்.'

'பிரும்மநாயகத்தைக் கட்சியிலிருந்து தூக்கி எறியத்தான் அவரைப் பத்தித் தெரிஞ்சுக்க அவங்க விரும்பினாங்க. அவங்க எதுக்காகத் தணிகையைக் கொலை செய்யணும்?'

'பேரைச் சொல்ல மாட்டீங்க, அப்படித்தானே?' என்று குரலில் ஒரு கண்டிப்பை வரவழைத்துக் கொண்டு கேட்டவாறு அவன் எழுந்தான்.

'உட்காருங்க, சொல்றேன்.'

'கதிர்வேலு, வேணுகோபாலன்' என்று அவர் சிறிது நேரம் கழித்துச் சொன்னார்.

'முகவரி?'

'அவங்களை விசாரிக்கப் போறீங்களா?'

'உங்களை சம்பந்தப்படுத்த மாட்டேன். என்னை நம்புங்க.'

'என்னைச் சம்பந்தப்படுத்தாமே, எப்படி விசாரிப்பீங்க?'

'விசாரிக்காம கூட இருக்கலாம். அது அவசியத்தைப் பொறுத்தது. ஆனா அவங்களை ஃபோன்லே கூப்பிட்டு எச்சரிக்கை செய்தீங்கன்னு எனக்குத் தெரிஞ்சது, அது எனக்குப் பிடிக்காது. அதான் என்னாலே சொல்ல முடியும்.'

அவர் அவர்களுடைய முகவரியைச் சொன்னார். அவன் குறித்துக் கொண்டான்.

'ஒழுங்கா பிஸினஸ்ஸைக் கவனிக்காம, இந்த அரசியல்லாம் உங்களுக்கு எதுக்கு?' என்று புன்னகையுடன் கேட்டான் ஆலிவர்.

'அதான் எனக்கு இப்பப் படுது.'

•

ஆலிவர் அலுவலகத்துக்குச் சென்றதும் பிரும்மநாயகத்தின் வீட்டுக்குப் ஃபோன் செய்தான்.

'டாக்டர் பிரும்மநாயகத்தின் வீடு, யார் பேசறது?'

'செகரெட்ரி வாசுங்களா?'

'என்ன வேணும்? நீங்க!'

'நான் போலீஸ் ஸ்டேஷன்லேர்ந்து பேசறேன். ஆலிவர்! உங்ககிட்டே பேசணும்.'

சிறிது தயக்கம்.

'பிரும்மநாயகம் பேசக்கூடாதுன்னு சொல்லியிருக்காரா?'

'அவர்தான் உங்ககிட்டேயே சொன்னாருங்களே?'

'வேலை போயிடும்னு பயப்படறீங்களா? அவர் கதையே முடியப் போறது. உங்களைக் காப்பாத்திக்கணும்னா என்னை வந்து பாருங்க.'

'அவருக்குத் தெரியாம எப்படி உங்களை வந்து பாக்கறது? உங்களையும் அவர் சும்மா விட மாட்டாரு.'

‘அவர் வீட்டிலிருக்காரா?’

‘இல்லே. ஆனா எந்த நிமிஷத்திலும் வந்து விடலாம்.’

‘உங்க வீடு எங்கே இருக்குது?’

‘அவரோட அவுட் ஹவுஸ்லே தான் குடியிருக்கேன்.’

‘குடும்பத்தோடயா?’

‘இல்லை, எனக்குக் கல்யாணமாகலே.’

‘இன்னி ராத்திரி பத்து மணிக்கு மேலே நான் அங்கு வரவா?’

‘முடியாதுங்க. கலியன் காவலிருப்பான்.’

‘யாரது?’

‘அவர் ஆளு, அப்புறம் நாய்க.’

‘நான் எப்படியாவது மேனேஜ் பண்ணிக்கிறேன். உங்க வீட்டுக் கதவை மட்டும் தாழ்ப்பா போடாம வச்சிருங்க. பத்து மணிக்கு மேலே எப்ப வேணுமானாலும் வரேன்.’

‘என் வேலை மட்டுமில்லே, உங்க வேலையும் போயிடலாம்.’

‘நான் பார்த்துக்கிறேன். கவலைப்படாதீங்க. ஆனா, ஞாபக மிருக்கட்டும். கதவைத் தாழ்ப்பா போடாதீங்க!’

‘அவர் வந்துட்டாருங்க, கார் சத்தம் கேக்குது. சரிங்க.’

11

ஆலிவர் ஏற்பாடாக வந்திருந்தான். அவன் பிரும்மநாயகத்தின் வீட்டின் பின்புறத்தில் நின்றுகொண்டிருந்தான். தெருக்கோடி இரு புறமும் அந்த வழியாக யாரும் வராமல் காவல் காப்பதற்காக இரண்டு போலீஸ்காரர் கள் நின்றுகொண்டிருந்தார்கள்.

கும்மிருட்டு, மணி பதினொன்று.

காம்ப்பௌன்ட் சுவர் எட்டடி உயரமிருக் கும். ஆலிவர் தான் கொண்டு வந்திருந்த ஏணியை சுவரின் மீது சாத்தினான்.

மெதுவாக ஏணி மீது ஏறினான்.

எட்டடி உயரத்திலிருந்து குதிக்க வேண்டும். தோட்டமென்பதால், மண் தரையாகத்தான் இருக்கும். அடிபடுவதற்கு இடமில்லை. ஆனால் பாம்பு இருக்குமோ? அவன் சிலுவை யிட்டுக் கொண்டான்.

அப்பொழுது அந்தச் சுவரின் ஓரத்தில், உட் புறத்திலிருந்து வளர்ந்திருந்த மரம் அவன் கண்ணில் பட்டது.

அவன் அடிமேல் அடி வைத்து சுவரோரத்தை அடைந்தான். அங்கிருந்து மரத்தின் மீது தாவினான்; மரத்தின் வழியாகச் சறுக்கிக்கொண்டே மெதுவாகக் கீழே இறங்கினான்.

பத்தடி தூரத்தில் அந்த அவுட் - ஹவுஸ் இருந்தது. சிறிது கூட ஓசை எழுப்பாமல் அதை நோக்கி நடந்தான்.

வாசு கதவைத் தாழ்ப்பாள் போடாமல் வைத்திருக்க வேண்டும். கதவைத் தட்டுவதினாலோ அல்லது மணியை அழுத்துவதி னாலோ ஏற்படக் கூடிய ஒலி யாரையாவது எழுப்பிவிடக் கூடும். குறிப்பாக நாய்களை.

நல்லவேளை, கதவு வெறுமனே சாத்தியிருந்தது. திறந்து கொண்டு உள்ளே போனான்.

அவன் போன பிறவியில் பூனையாக இருந்திருக்க வேண்டு மென்று அவன் நண்பர்கள் கூறுவார்கள். இருட்டில் அவனுக்குக் கண் நன்றாகத் தெரியும். குற்றப்பிரிவில் வேலை செய்கின்றவர் களுக்கு, இருட்டு உலகத்துடன்தானே சம்பந்தமிருக்க வேண் டும்!' என்று அவன் சொல்வது வழக்கம்.

'வாசு!' மிகவும் சன்னமான குரலில் கூப்பிட்டான்.

'வாங்க.'

குரல் வந்த திசையை நோக்கி நடந்தான் ஆலிவர். வாசு அருகி லிருப்பதை அவனால் உணர முடிந்தது.

'நான் சொல்ல வேண்டியதையெல்லாம் இதிலே எழுதி வச்சிருக்கேன். போய்ப் படியுங்க.'

அவன் ஒரு உறையை நீட்டினான்.

ஆலிவர் வாங்கிக் கொண்டான்.

'நீங்க இருக்கிறது ரிஸ்க், ப்ளீஸ் கோ அவே!' என்றான் வாசு.

அவன் பயப்படுவது நியாயந்தான் என்று ஆலிவருக்குப் பட்டது.

அவன் வீட்டை விட்டு வெளியே வந்தான். மரத்தருகே சென்று அதன் மீது ஏறி சுவரின் உச்சியை அடைந்தான். சாத்தியிருந்த ஏணி அப்படியே இருந்தது. கீழே இறங்கிப் பெருமூச்சு விட்டான்.

அவன் வீட்டை அடைந்தபோது மணி பன்னிரண்டு. தூங்கலாமா அல்லது வாசு கொடுத்த உறையைப் பிரித்துப் படிக்கலாமா? என்று சிறிது நேரம் யோசித்தான். படிக்க வேண்டுமென்ற ஆர்வம், உறக்க உணர்வை வெற்றி கொண்டது.

அவன் உறையைப் பிரித்தான்.

பிரும்மநாயகத்தின் சுயசரிதையை எழுத வந்ததிலிருந்து அவன் தப்பிச் செல்ல முயற்சி செய்து தோல்வியுற்றது வரை வாசு சுருக்கமாக எழுதியிருந்தான். தணிகை சொன்ன பிரும்மநாயகத்தின் பூர்வ கதையெல்லாம் அவன் குறிப்பிட்டிருந்தான்.

ஆலிவர் கடிதத்தைப் படித்து முடித்த பிறகு ராஜகோபாலுக்குப் ஃபோன் செய்தான்.

'என்னப்பா ராவேளையிலே தொந்தரவா போச்சு!' என்றார் அவர் அலுத்துக்கொண்டே.

'என் கையிலே வெடிகுண்டு இருக்குது!' என்றான் ஆலிவர்.

'மேலே போட்டுக்க. தூங்கிறவங்களை எழுப்பற தப்புக்கு அதுதான் தண்டனை.'

'இல்லே சார்! பிரும்மநாயகத்தின் சுய உருவம் இப்ப தெரிஞ்சு போச்சு!'

'அப்படின்னா?'

'அவரோட செகரெட்ரி வாசு எல்லாத்தையும் ஒளிவு மறைவில்லாமே எழுதி எங்கிட்டே கொடுத்திட்டான்.'

'அந்தப் பையனுக்கு ஏதாவது ஆயிடப் போவது.'

'அதுக்கு ஏற்பாடு செய்தாச்சு. அந்த வீட்டைக் கவனிச்சுக்க ஒரு ஆளைப் போட்டிருக்கேன்.'

'யாரை?'

'ராமலிங்கம்.'

'சரியான ஆள்தான். சரி, நாளைக் காலையிலே சீக்கிரம் வரேன், பேசிப்போம். இப்ப நீயும் தூங்கு.'

அடுத்த நாள், ஆலிவர், அலுவலகத்துக்குப் போனபோது ராஜ கோபால் உட்கார்ந்திருந்தார்.

'என்னப்பா ஒரு மணி நேரமா உனக்காகக் காத்துக்கிட்டிருக் கேன்!' என்றார் ராஜகோபால்.

'நாலு மணிக்குத்தான் தூங்கினேன், மன்னிச்சுக்கங்க சார்.'

அவன் தன் கைப் பையைத் திறந்து வாசு கொடுத்த உறையை அவரிடம் நீட்டினான்.

அவர் அதைப் படித்து முடித்த பிறகு சொன்னார்: 'இது வெடி குண்டுதான், சந்தேகமில்லை. இப்ப என்ன செய்யப் போறே?'

'அதுதான் யோசிக்கிறேன்.'

'பிரும்மநாயகம் தணிகையைக் கொல்றதுக்குப் போதுமான காரணங்கள் இருக்குதுன்னு இதிலிருந்து தெரிகிறது. ஆனா, அவர் ஏன் அதை ஆரம்பத்திலேயே செய்யலே. அவரை ஒரு அரசியல் பிரமுகராக்கிக் கொன்னிருப்பாராங்கிறதையும் யோசிக் கணும். இதனால் அவருக்கு என்ன லாபம்? உடனே அவசரப் பட்டு ஒரு காரியத்தையும் செய்யாதே.'

'அப்படிச் செய்திருக்கேனா?'

'இல்லே. இருந்தாலும் சொல்லி வைக்கறேன். நாம செய்யற திலே ஒரு சின்ன தப்பு இருந்தாலும் போதும், பிரும்மநாயகம் கழுகு மாதிரி காத்துக்கிட்டிருப்பாரு நம்மைத் தொலைக்க!'

'பயப்படாதீங்க! ஒரு தப்பும் ஏற்படாது. சரி, இன்னிக்கு எனக்கு நிறைய வேலை இருக்குது. புறப்படறேன்.'

கதிர்வேலின் வீடு அண்ணா நகரிலிருந்தது. ஆலிவர் அங்கு போனபோது வீட்டு வெராந்தாவில் ஆறடி உயரத்துக்குப் பயங்கர மான மீசையுடன் ஒருவன் 'தினத்தந்தி' படித்தவாறு, சுருட்டைப் புகைத்தவாறு கூடை நாற்காலியில் உட்கார்ந்திருந்தான்.

'மிஸ்டர் கதிர்வேலு இருக்காருங்களா?'

'என்ன வேணும்?'

‘மிஸ்டர் கதிர்வேலு?’

‘நாந்தான்யா! என்ன வேணும்?’

‘உங்களோட கொஞ்சம் பேசணும்.’

அவன் தினத்தந்தியை வீசி எறிந்தான். சுருட்டில் நீண்டிருந்த சாம்பலைத் தட்டினான்.

‘ஏன்யா! திடுதிப்னு முன்னே பின்னே சொல்லாம வந்து, என்னோட பேசணும்னா என்னய்யா அர்த்தம்? எனக்கு வேலை கீலை கிடையாதுன்னு நினைச்சியா?’

‘வேதமூர்த்தி தணிகைக்கு ஃபோன் செய்யறப்போ, நீங்க அவர் வீட்டிலே இருந்தீங்கன்னு போலீசுக்குத் தெரிஞ்சு போச்சுது. அதைப் பத்தி உங்ககிட்டே நான் பேசணும்.’

கதிர்வேலின் முகத்தில் திடீரென்று கலவரம் சூழ்ந்தது.

‘என்னய்யா சொல்றே நீ?’

‘அதான் சொன்னேனே?’

‘யார்யா நீ?’

‘எல்லாத்தையும் வெராந்தாவிலே உட்கார்ந்து பேசணுங்கிறீங் களா?’

கதிர்வேலுவுக்கு இது ஒரு புதிய அனுபவமாக இருக்க வேண்டு மென்று ஆலிவருக்குத் தோன்றியது. அவன் கோட்டையில் புகுந்து யாரும் அவனைத் தற்காப்பில் பதுங்கும் படிச் செய்த தில்லை என்று அவனுக்குப்பட்டது.

‘சரி உள்ளே வா!’ என்றான் அவன் அரை மனத்துடன்.

இருவரும் உள்ளே சென்றார்கள்.

படிப்பு இல்லாவிட்டாலும், அரசியலில் இருந்தால் என்ன ஆதாயம் என்று அவன் வீட்டைப் பார்த்தால் தெரிந்தது.

பெரிய ஹால்; ஹாலை ஒட்டி படுக்கை அறை. கதிர்வேலு, அவனைப் படுக்கை அறைக்கு அழைத்துச் சென்றான். கட்டிலை

ஒட்டியிருந்த நாற்காலியில் ஆலிவர் உட்கார்ந்தான். கதிர்வேலு படுக்கையில் அமர்ந்து கொண்டான்.

'ஹூம், சொல்லு!'

'என் ஃப்ரெண்ட்' போலீஸிலே இருக்கான். நான் கட்சி அநுதாபி. பிரும்மநாயகம் கட்சியை ஆட்டிவைக்கிறது எனக்கும் பிடிக்கலே. அவரை எப்படியாவது கவிழ்த்தாத்தான் கட்சிக்கு நல்லதுன்னு எனக்குப் படுது. உங்க முயற்சிக்கு என்னுடைய, என் சிநேகிதர்களுடைய ஆதரவு நிச்சயமா உண்டு.'

'உன் ஆதரவு கிடக்கட்டும். நான் வேதமூர்த்தி வீட்டிலே இருந்தேன்னு போலீசுக்குத் தெரியும்னியே, என்ன அது?'

'ஆமாம். தணிகைக்கு ஃபோன் செய்யறப்போ, என் ஃப்ரெண்ட் அந்த போலீஸ்காரன் சொன்னான். தணிகையை வரச்சொல்லி வேதமூர்த்தி கூப்பிட்டார்ங்கிறது தகவல். தணிகையும் வரேன்னு சொல்லியிருக்காரு. அப்ப. போலீஸ் இதைப்பத்தி இன்வெஸ்டி கேட் செய்துகிட்டிருக்குது.'

'அந்த ஆளுதான் வரலியே! அது கிடக்கட்டும், போலீசுக்கு இது எப்படித் தெரிய வந்தது?'

'அதைப்பத்தி எனக்குத் தெரியாது. பிரும்மநாயகந்தான் கொலை செய்திருப்பார்னு போலீஸ் நினைச்சிக்கிட்டிருந்தாங்களாம். ஆனா இந்தப் புதிய தகவல்னாலே அவங்க சந்தேகம் வேத மூர்த்தி மேலேங்கிறாங்க.'

'அந்த ஆளுதான் வரலியே. வேதமூர்த்திக்கும் இதுக்கும் என்ன சம்பந்தம்?'

'நீங்க எத்தனை நேரம் வேதமூர்த்தி வீட்டிலே இருந்தீங்க?'

'சாயங்காலம் வரைக்கும் இருந்தோம். அதுக்கப்புறம் வந்திருக் கலாங்கறியா?'

இருந்தோம் என்று கதிர்வேலு பன்மையில் சொன்னதை ஆலிவர் கவனிக்கத் தவறவில்லை. அதுக்கப்புறம் வந்திருக்கலாங் கறியா? என்றால், எங்களுக்கும் இதற்கும் சம்பந்தமில்லை என்ற பந்தை வேதமூர்த்தி கோர்ட்டில் விட்டெறியப் பார்க்கிறான் சாமர்த்தியமாக.

'வேதமூர்த்திக்குத் தணிகை பேரிலே அந்த அளவுக்கு கோபம் இருந்திருக்குமா?'

'எந்த அளவுக்கு?'

'அப்புறம் வந்து.. ஒருவேளை..'

'இருந்திருக்கலாம். முதல்லே அவரை நிக்க வச்சிட்டு, அப்புறம் 'நீ வேணாம்! இந்த ஆளு நிப்பாருன்னா கோபம் வராதா?'

'அப்ப பிரும்மநாயகத்து மேலேல்ல கோபம் இருந்திருக் கணும்?'

'வேதமூர்த்தியோ பிரும்மநாயகமோ ரெண்டு பேரிலே ஒரு ஆளு இதைச் செய்திருக்காங்க, நிச்சயமா தெரியுது. உன் சிநேகிதரு, அந்தப் போலீஸ்காரரு என்ன சொல்றாரு?'

'போலீசுக்கும் ரெண்டு பேரிலே ஒருத்தர்தான்னு நிச்சயமா தெரியுது. நான் எதுக்கு உங்களைப் பாக்க வந்தேன்னா, நீங்க வேதமூர்த்தி வீட்டிலே இருந்தது, வேதமூர்த்தி ஃபோன் செய்தது எல்லாத்தையும் போலீஸ்கிட்டே ஒப்புத்துக்கிறது நல்லதுன்னு தோணுது. இதுதான் என் சிநேகிதருடைய அபிப்பிராயம் கூட!'

'போலீஸ் என்னை விசாரிக்க வரப் போறாங்களா?

'அப்படித்தான் தெரியுது.'

'உங்க சிநேகிதருகிட்டே, இது தேவையில்லேன்னு உங்களாலே சொல்ல முடியாதா?'

ஒருமையிலிருந்து பன்மையில் தான் விளிக்கப்படுவதை ஆலிவர் உணர்ந்தான்.

'சொல்லிப் பார்க்கறேன்.'

'அப்புறம் நீங்க, உங்க சிநேகிதருங்க எல்லாரும் இந்த பிரும்ம நாயகத்தை கட்சியிலிருந்து ஒழிச்சுக்கட்டப் பாக்கணும். அடா வடித்தனம் பண்ணி தலைவனா வந்து கட்சியை ஆட்டிவைக் கிறதை எத்தனை நாளைக்குத்தான் பொறுத்துக்க முடியும்?'

‘அவர் இந்தக் கொலையிலே சம்பந்தப்பட்டு மாட்டிக்கிட்டா?’

‘மாட்டிக்கிட்டா கவலையில்லே. அப்படி மாட்டிக்கிட்டாலும் எப்படியானும் வெளியிலே வந்துடப் பாப்பான். அப்ப அவன் வெளியிலே வராதபடி பார்த்துக்கிடவேண்டியது உங்க மாதிரி இளைஞரோட பொறுப்பு.’

‘நாங்க என்ன செய்யணுங்கிறீங்க?’

‘அவன் செல்வாக்கைப் பயன்படுத்தப் பார்த்தான்னா, பிரச்னையை மக்கள் முன்னாலே கொண்டுவர வேண்டியது உங்க வேலை. மந்திரிகள்ளே எல்லாரும் அவன் பக்கம் இல்லே, நினைவு வச்சுக்கங்க. அப்படி வேதமூர்த்தி மாட்டிக்கிட்டான்னாலும், பிரும்மநாயகத்தின் பேரிலே போலீசுக்குச் சந்தேகம் வந்ததுங்கிறதையே ஒரு வாய்ப்பா பயன்படுத்திக்கிட்டு, ஒரு கிளர்ச்சி நடத்த நீங்க தயாரா இருக்கணும். மத்ததை நாங்க பார்த்துக்கிறோம்.’

‘வெற்றிச் செல்வன் எப்படி?’

‘எப்படின்னா?’

‘அவர் நம்ம பக்கங்களா?’

‘அவன் காத்தடிக்கிற பக்கம் சாய்வான். சொல்லப் போனா, அவனை டம்மியா நிக்க வச்சதே அவனுக்குப் பிடிக்கலே.’

‘தணிகை போனது அவருக்கு லாபம்னு சொல்லுங்க.’

‘வெற்றிச் செல்வனையும் சந்தேகப்படறாங்களா?’

‘போலீஸ் எல்லாரையுந்தான் சந்தேகப்படுவாங்க. நீங்க என்ன நினைக்கறீங்க?’

‘ஒண்ணும் சொல்ல முடியாது. அவன் கொலை செய்யத் தயங்க மாட்டான். சின்ன வீடு அவனுக்குண்டு. தெரியுமில்லே! இதனாலே கோபப்பட்ட அவன் முதல் சம்சாரத்தைக் கொன்னுட்டான்னுகூட சொல்லிக்கிறாங்க.’

‘எப்படி மாட்டிக்காம இருக்கிறாரு?’

‘எல்லாம் பிரும்மநாயகம் தயவுதான். மூடி மறைச்சிட்டான். பிரும்மநாயகத்துக்குக் கடமைப்பட்டிருக்கிறோங்கிறதே அவன் மனசை உறுத்திக்கிட்டிருக்குது. பிரும்மநாயகம் இப்ப மாட்டிக் கிட்டான்னா, அவனுக்குத்தான் பெரிய நிம்மதி.’

‘சரிங்க. நான் வரேன். என் பின்னாலே ஒரு பெரிய இளைஞர் பட்டாளமே இருக்குது. பிரும்மநாயகம் ஒழிஞ்சா கட்சியிலே சேரத் துடிக்கிறவங்க.’

‘உங்க பேர் என்ன சொன்னீங்க?’

‘இன்னும் சொல்லலே, நீங்களும் கேக்கலே. என் பேரு நாவுடை நம்பி.’

‘நல்ல பேரா இருக்குதே. காலேஜ்லே படிச்சிட்டிருக்கீங்களா, இல்லாட்டி படிச்சு முடிச்சாச்சா?’

‘முடிச்சாச்சு. வேலை தேடிக்கிட்டிருக்கேன்.’

‘வேலை தேடுவானேன்? கட்சியிலே சேர்ந்துடு!’

‘சரிங்க. இன்னொரு விஷயம். அன்னிக்கு உங்ககூட வேணு கோபாலன்ங்கிறவரும் வேதமூர்த்தி வீட்டிலே இருந்தாருங் களா?’

கதிர்வேலு உடனே பதில் கூறவில்லை. சற்று தயக்கத்துக்குப் பிறகு கூறினான். ‘ஆமாம். அவன் இப்ப ஊரிலில்லே. வெளியூ ருக்குப் போயிருக்கான். அவன் நம்ம ஆளுதான். அவனையும் போலீஸ் விசாரிக்கிறதா இருக்காங்களா?’

‘அப்படித்தான் தெரியுது.’

‘உங்க சிநேகிதருகிட்டே சொல்லுங்க, அந்த ஆளை விசாரிக்கிற திலே எந்தவிதப் பயனுமில்லேன்னு! அவன் என் ஆளு. குறிப்பா சொல்லப் போனா நான் நில்லுன்னா நிப்பான்! உட்காருன்னா உட்காருவான்! அவ்வளவுதான். அவனுக்கும் அரசியலுக்கும் சம்பந்தமே கிடையாது! அவன் சகலை தங்கைக்குக் கல் யாணம்னு களத்தூருக்குப் போயிருக்கான்.’

‘அப்படிங்களா? சரி, நான் சொல்றேன்.’

'ஏதாவது கொஞ்சம் செலவு ஆனாலும் பரவாயில்லே. நான் கவனிச்சுக்கறேன். உன் சிநேகிதர்கிட்டே சொல்லு.'

'அதெல்லாம் ஒண்ணும் வேணாங்க. என் சிநேகிதன் பணத்துக்கு ஆசைப்படறவனில்லே. ப்ரமோஷன் வாங்கிக் கொடுத்தாப் போதும்.'

'அதுக்கென்ன, அதையும் கவனிச்சுப்போம். ரெண்டு மந்திரி என்கிட்டே இருக்காங்க.'

'சரிங்க, நான் வரேன்.'

அவன் அலுவலகத்துக்குத் திரும்பிச் சென்றபோது, ராஜ கோபால் ஃபோனில் யாருடனோ பேசிக்கொண்டிருந்தார்.

'சரிங்க, சரிங்க!' என்று அவர் விடாமல் சொல்லிக் கொண்டிருந் ததைக் கேட்டதும் மேலிடத்தோடு பேசிக்கொண்டிருக்கி றாரென்று அவனுக்குப்பட்டது.

அவர் கண்ணாலேயே அவனை எதிரில் உட்காரும்படி பணித் தார்.

அவன் உட்கார்ந்தான்.

அவர் பேசி முடித்தவுடன் அவர் முகத்தில் ஒரு சோர்வு தெரிந்தது.

'என்னங்க? என்ன விஷயம்?' என்று கேட்டான் ஆலிவர்.

'தணிகை கேஸ் ஃபைலை மேலே அனுப்பச் சொல்லி உத்தரவு!'

'கேஸே முடியலியே!'

'சொல்லிப் பாத்தேன், கேக்கலே. அனுப்புங்கிறாங்க! நாம என்ன செய்ய முடியும்?'

'எனக்கும் இந்தக் கேசுக்கும் இப்ப, சம்பந்தமில்லையா?' என்று கோபத்துடன் கேட்டான் ஆலிவர்.

'இல்லேப்பா, ஃபைலைப் பாத்திட்டு உடனே திருப்பி அனுப்பிச் சுடறாங்களாம். நீ உன் வேலையைக் கவனி.'

'வாசு கொடுத்த அந்த லெட்டரை மட்டும் அனுப்பாதீங்க. அது என்கிட்டே இருக்கட்டும்.'

ராஜகோபால் புன்னகை செய்தார்.

'நான் என்ன முட்டாள் என்று நினைச்சியா, அந்த லெட்டரை அனுப்ப!' என்று கேட்பது போலிருந்தது அந்தப் புன்னகை.

12

நாலைந்து நாள்களுக்குப் பிறகு, ஆலிவர் அலுவலகத்தில் நுழைந்தவுடன் ஃபோன் ஒலித்தது.

எடுத்தான்.

'ராஜகோபால்?'

மேலிடம்.

'அவர் இல்லே ஸார், ஆலிவர் பேசறேன்.'

'நீதான் இந்தத் தணிகை கேஸ் விசாரிக்கறே யில்லே?'

'ஆமாம், ஸார்.'

'நீங்க எப்படி இதைக் கொலைன்னு முடிவு பண்ணிங்க?'

'மெடிக்கல் ரிப்போர்ட் படி!'

'மெடிக்கல் ரிப்போர்ட் சொல்லுது, பின் மண் டையிலே காயம் கீழே விழுந்ததினாலே ஏற் பட்டிருக்கலாம்னு. இறந்ததற்குக் காரணம், மாஸிவ் கார்டியாக் அரெஸ்ட்! குடி வெறி யிலே இருந்திருக்காரு, கீழே விழுந்திருக் கலாம்.'

‘இல்லே ஸார், பலத்த ஆயுதத்தினாலே தாக்கப்பட்ட காயம்னு மெடிக்கல் ரிப்போர்ட் சொல்லுது.’

‘அப்படியில்லையே! நீங்களா அஸ்யூம் பண்ணிக்கிட்டீங்களா?’

‘இல்லே, ஸார்! மெடிக்கல் ரிப்போர்ட்...’

‘திருப்பித் திருப்பி மெடிக்கல் ரிப்போர்ட்டு மெடிக்கல் ரிப் போர்ட்டுனு கிளிப்பிள்ளை கணக்கா சொல்லிக்கிட்டிருக்காதே. இந்த ஃபைல்லே இருக்கிற மெடிக்கல் ரிப்போர்ட் இதுதான். நல்ல குடிச்சிட்டு வந்திருக்காரு. அவர் வீட்டு ரன் அவே கான்க்ரீட் தரையில்லையா? கீழே விழுந்திருக்காரு, எழுந்து தோட்டத்துக்குப் போறப்போ கார்டியாக் அரெஸ்ட் ஏற்பட்டிருக் குது. இதைப் போய் கொலைன்னு முடிவு பண்ணி ஏன் குழப்பிக்கிட்டு கிடக்கறீங்க?’

‘அவர் இறந்து நாலு மணிக்கு மேலே இருக்கலாம்னு மெடிக்கல் ரிப்போர்ட் சொல்லுது. தோட்டத்திலே அப்படிக் கிடந்தார்னா யாரும் பாக்காமயா இருந்திருப்பாங்க?’

‘அவர் இறந்து நாலு மணிக்கு மேலே இருக்கலாம்னு மெடிக்கல் ரிப்போர்ட்லியே இல்லியே! ஒழுங்கா ரிப்போர்ட்டைப் படிக்காம என்ன வேலை நீங்க செய்யறீங்க? சரி! பைலை அனுப்பறேன. சட்டுபுட்டுனு கேஸை, க்ளோஸ் பண்ணுங்க!’

பாஸ்டர்ட்ஸ் என்று கூறிக்கொண்டே அவன் ஃபோனைக் கீழே வைக்கும்போது, ராஜகோபால் உள்ளே நுழைந்தார்.

‘என்னப்பா இது, காலை வேலையிலே நல்ல பொன்மொழியா உதிர்த்துகிட்டிருக்கியே!’ என்றார் ராஜகோபால்.

‘கேஸை க்ளோஸ் பண்ணனுமாம்.’

‘எந்தக் கேஸை?’

‘தணிகை கேஸ். மேலிடத்திலிருந்து ஃபோன். மெடிக்கல் ரிப்போர்ட்டையே திருத்திட்டாங்க. பலத்த ஆயுதத்தினாலே அடிபட்டுச் சாகலியாம். வீட்டுக்கு வந்து குடி வெறியிலே, கான்க்ரீட் ரன் அவேயிலே கீழே விழுந்து செத்துப் போயிருக் காராம். நாமெல்லாம் கேஸைக் குழப்பிக்கிட்டிருக்கோமாம். புத்தி சொல்றாரு பெரியவரு! பாஸ்டர்ட்!’

'இப்ப யாரு இதிலே சம்பந்தப்பட்டிருக்காங்கன்னு புரியுதா? நம்ம மனசாட்சிக்குத் தெரியுது யார் கொலை செய்தாங்கன்னு, அத்தோட விடு!'

'தணிகையைக் கொலை செய்ததோடு மட்டுமில்லாம, மெடிக்கல் ரிப்போர்ட்டையும் கொலை செஞ்சிருக்காங்க. புதுசா, இன்னொரு மெடிக்கல் ரிப்போர்ட்! கையைக் கட்டிகிட்டு சும்மா இருக்கணுங்கறீங்களா?'

'நம்மாலே என்ன செய்ய முடியும்?'

'அதையுந்தான் நான் பார்க்கறேன்.'

'என்ன செய்யப் போறே?'

ஆலிவரால் உடனே இதற்குப் பதில் சொல்ல முடியவில்லை. என்ன செய்ய முடியும்? மேலிடத்திலிருந்து உத்தரவு இவ்வாறு வருவதற்கு, யார் காரணமாக இருக்க முடியும்? பிரும்மநாயகமா? வேத மூர்த்தியா? கதிர்வேலு சொன்ன உட்பூசல் குழுவைச் சேர்ந்தவர்களா? அல்லது எல்லாருமே ஒன்று சேர்ந்துவிட்டு நியாயத்தைக் குழி தோண்டிப் புதைக்கப் பார்க்கிறார்களா?

'பேய் அரசு செய்தால் பிணம் தின்னும் சாத்திரங்கள்!' என்றான் ஆலிவர்.

'என்னப்பா சொல்றே?'

'பாரதி பாடி இருக்கிறாரு.'

'நீ என்னப்பா செய்யப்போறேன்னு கேக்கறேன், பாரதி பாடி இருக்காருங்கிறே?'

'பிரும்மநாயகத்தைப் பார்க்கப் போறேன்.'

'சிங்கத்தின் குகைக்கே போய் அதன் பிடரி மயிரை உலுக்கப் போறயா? இதெல்லாம் கதையிலே வரலாம். வாழ்க்கை வேறே!'

ஆலிவர் பதில் சொல்லவில்லை. பிரும்மநாயகத்தின் வீட்டுக்கு ஃபோன் செய்தான்.

'டாக்டர் பிரும்மநாயகத்தின் வீடு!' - வாசுவின் குரல்.

'வாசு, நான்தான் ஆலிவர் பேசறேன். பிரும்மநாயகம் இருக் காரா?'

'இருக்காரு, என்ன வேணும்?'

'அவரை உடனே பார்க்கணும்!'

'பிஸியா இருக்காரு. யாரையும் பாக்க மாட்டாரு.'

'அவர்கிட்டே சொல்லுங்க. எனக்கு அவருடைய பூர்வகதைஎல் லாம் தெரிஞ்சு போச்சு. அது விஷயமா அவரைப் பார்க் கணும்னு.'

சிறிது நேரத் தயக்கம்.

'ஆர் யு கோயிங் டு இன்வால்வ் மீ?'

'பயப்படாதீங்க. உங்க பேரே வராது. இது ரொம்ப அவசரம். கேஸை க்ளோஸ் பண்ணுன்னு மேலிடத்திலிருந்து உத்தரவு வந்திருக்குது. நீங்களும் என் மாதிரி இளைஞர்தான். நியாயம், தர்மம் இது மேலல்லாம் உங்களுக்கு நம்பிக்கை இருந்தா தயவு செய்து பிரும்மநாயகத்துகிட்டே சொல்லுங்க. நான் உடனே அவரைப் பார்த்தாகணும்னு.'

'இருங்க, கேட்டுச் சொல்றேன்.'

ராஜகோபால் பிரமிப்புடன் ஆலிவரைப் பார்த்துக் கொண்டிருந் தார்.

சிறிது நேரத்துக்குப் பிறகு வாசுவின் குரல் கேட்டது. 'வரச் சொல்றாரு.'

ஆலிவர் உடனே புறப்பட்டுச் சென்றான்.

பிரும்மநாயகம் ஹாலில் வீற்றிருந்தார். அவர் ஆலிவரைக் கண்டதும் புன்னகை செய்தார்.

'என்னப்பா அப்படியொரு அவசரம்? யாரு கொலை செய்தாங் கன்னு கண்டுபிடிச்சிட்டியா?'

'அதப்பத்திப் பேசத்தான் வந்தேன்.'

'சொல்லு.'

‘உங்ககிட்டே தனியா பேசணும். இங்கேயே பேசலாமா?’

‘அப்படியென்ன ரகஸ்யம்?’

‘விக்ரோலி.’

அவர் முகம் திடீரென்று மாறியது. வாசு அவரிடத்தில் தனக்கு அவருடைய பூர்வகதை தெரியுமென்ற தகவலைத் தெரிவிக்க வில்லை. முதல் தடவையாகக் கேட்கிறார்.

‘சரி வா, ஆபீஸ் ரூமுக்குப் போவோம். வாசு, நீ இங்கே இரு.’

இருவரும் அலுவலக அறைக்குச் சென்றதும், பிரும்மநாயகம் கதவைத் தாளிட்டார்.

‘என்னப்பா அது, விக்ரோலி?’

‘தணிகை, தான் இறந்து போனா போஸ்ட் செய்யும்படி ஒரு கடிதத்தை அவர் பம்பாய் நண்பர் ஒருத்தர்கிட்டே கொடுத்திருக் காரு. இன்னிக்கு அந்தக் கடிதம் வந்து சேர்ந்தது.’

‘என்ன சொல்லுது அந்தக் கடிதம்?’

‘சொல்லவா?’

‘சொல்லு.’

‘பம்பாயிலே விக்ரோலியிலே நீங்களும் அவரும் ரொம்ப க்ளோஸா இருந்தீங்களாம். அவரு இந்த சிநேகிதத்தை வாய்ப்பா பயன்படுத்திக்கிட்டு உங்க மனைவிகிட்டே இன்னும் க்ளோஸா இருந்தாராம். நீங்க இது தெரிஞ்சு ஒரு திட்டம் போட்டீங்களாம். ஒரு இன்ஷ்யூரன்ஸ் பாலிஸி எடுத்து, உங்களுக்கு வாரிசா அவரைப் போட்டீங்களாம். அப்புறம், அவர்கிட்டே, அவர் குடி வெறியிலே இருக்கிறப்போ, நீங்க தங்கியிருக்கிற வீட்டைக் கொளுத்தச் சொன்னீங்களாம். நானும் என் மனைவியும் தப்பிச்சுக் கிட்டுத் தலைமறைவா இருக்கோம். வீட்டைக் கொளுத்திட்டா, நீ என் வாரிசுங்கிற முறையிலே என் இன்ஷ்யூரன்ஸ் பணம் உனக்குக் கிடைக்கும்னீங்களாம். உங்க மனைவி அந்த வீட்டிலே தூங்கிக்கிட்டிருக்கிறபோ, குடிவெறியிலே முன்பின் யோசிக் காம அவர் வீட்டுக்கு நெருப்பு வச்சுட்டு ஓடிட்டாராம். கேஸ் நடந்திருக்குது. கொஞ்சம் கொஞ்சமா உங்களுடைய இன்வால்வ் மெண்ட்டும் தெரிய வந்ததாம். அதற்குள்ளே நீங்க பம்பாயை

விட்டே ஓடிப்போய்... அப்புறம் பல வருஷங்களுக்குப் பிறகு தான், சிவஞானந்தான் பிரும்மநாயகம்னு அவருக்கு ஜெயில் லேர்ந்து வெளியிலே வந்தப்புறம் தெரிஞ்சுதாம். நான் சென் னைக்குப் போய் பிரும்மநாயகங்கிற சிவஞானத்தைப் பார்க்கப் போறேன். எனக்கு ஏதாவது ஏற்பட்டா அவன்தான் அதுக்குக் காரணம்னு எழுதியிருக்காரு.'

பிரும்மநாயகம் ஆடாமல் அசையாமல் சிலைபோல் உட்கார்ந் திருந்தார். அவர் முகத்தில் எந்தவிதச் சலனமுமில்லை.

பிறகு கரகரத்த குரலில் கேட்டார். 'அந்த லெட்டர் எங்கே?'

'ஆபீஸ்லே இருக்குது. நான் யார்கிட்டேயும் இதை இன்னும் காண்பிக்கலே.'

'அனுப்பி வச்சவன் யாரு?'

'யாரோ மராத்திக்காரன். அவர் தமிழிலே எழுதியிருக்காரு.'

'இப்ப நீ என்ன சொல்றே, நான்தான் தணிகையைக் கொலை செய்திட்டேங்கிறியா?'

'நான் அப்படிச் சொல்லலே. நான் என்ன செய்யணும்னு நீங்க சொல்லுங்க.'

'பணம் தரேன். அந்த லெட்டரை என்கிட்டே கொடுத்துடு. எத்தனை வேணுமானாலும் தரேன்.'

'அது முக்கியமில்லீங்க. உங்களுக்கு எதிரியா பல பேர் உங்க கட்சி யிலே இருக்காங்க. அவங்க உங்களைக் கவிழ்க்க சமயம் பார்த்துக் கிட்டிருக்காங்க.'

'அதுக்கும் இதுக்கும் என்ன சம்பந்தம்?'

'எனக்கு மேலிடத்திலேர்ந்து உத்தரவு வந்திருக்குது. கேஸை க்ளோஸ் பண்ணும்படி. நீங்க சொல்லியா இது வந்திருக்குன்னு எனக்குத் தெரிஞ்சாவணும்.'

பிரும்மநாயகம், அவன் எதிர்பார்த்தபடியே, திடுக்கிட்டார். 'எனக்குத் தெரியாதே!'

'நான் நேரடியா உங்களை ஒன்று கேக்கறேன். பதில் சொல்லு வீங்களா?'

'நீங்கதான் தணிகை கொலை செய்யப்பட்டதற்குக் காரணமா?'

'நீ என்ன நினைக்கிறே?'

'நீங்க கொல்ல விரும்பியிருந்தா தணிகை வந்த அன்னிக்கே கொன்றிருக்கலாம். தணிகைன்னு ஒருத்தர் இருந்தார்னு யாருக் குமே தெரிஞ்சிருக்காது. அப்படி அவர் உங்ககிட்டே, 'என்னைக் கொல்லப் பாத்தே நான் கடிதம் எழுதி வச்சிருக்கேன்!னு சொல்லியிருந்தார்னா, நான் இப்ப இந்தத் தகவலைச் சொன்ன போது நீங்க திடுக்கிட்டுப் போயிருக்க மாட்டீங்க. அப்படியொரு கடிதம் இருக்குதுன்னு இப்பத்தான் உங்களுக்குத் தெரியும்னு எனக்கு நிச்சயமா விளங்குது. நீங்க சொல்லலேன்னா யாரு கொன்னிருப்பாங்க? உங்களை கேஸிலே மாட்டி வைக்கணும்னு விரும்பற ஆளுக. ஆனா திடீர்னு இப்ப கேஸை, சட்டுபுட்டுனு மூடி. அந்த ஆளு குடிவெறியிலே வீட்டு ரன்-அவேயிலேயே கீழே விழுந்து செத்திருக்கான்னு எழுதி, பைலை க்ளோஸ் பண்ணுன்னு உத்தரவு. மெடிக்கல் ரிப்போர்ட்டையே மாத்திட் டாங்க. ஏன்? அதான் எனக்குப் புரியலே!'

பிரும்மநாயகம் சிறிது நேரம் யோசனையில் ஆழ்ந்திருந்தார். பிறகு கேட்டார். 'என்னைக் கவிழ்க்க விரும்பறவங்க யாரையானும் சந்திச்சு நீ பேசினியா?'

'ஆமாம். கதிர்வேலு. அவர் கையிலே ரெண்டு மந்திரிக இருக் காங்கன்னு அவர் சொல்லிக்கிறாரு. எனக்கு ஒண்ணு தெரி யணும். என்னாலே உங்களுக்கு உதவ முடியும். தணிகை செத்த அன்னிக்கு நடந்தது என்னன்னு நீங்க ஒளிவு மறைவில்லாம சொன்னீங்கன்னா.'

'நான்தான் ஊரிலில்லையே, எனக்கென்ன தெரியும்?'

'இருந்தீங்க! தணிகையைக் கண்டு வேதமூர்த்தி வீட்டுக்குப் போகாம நடிச்சிருக்கீங்க.'

இங்கும் இருட்டில் கல்லெறிந்தாகி விட்டது. விளைவைப் பார்க்கலாம்.

'யார் சொன்னாங்க?' அவர் குரல் ஓங்கி ஒலித்தது.

'நாங்க போலீஸ்காரங்க. கண்டுபிடிக்கிறது எங்க வேலை.'

'கலியனா?'

யாரிந்தக் கலியன்?

'ஆமாம்.'

'அவனைப் புடிச்சுட்டீங்களா? இல்லாட்டி அவனே உங்ககிட்டே வந்தானா? ராஸ்கலை ரெண்டு நாளா காணோமேன்னு பாத்தேன்.'

ஆலிவர் புன்னகை செய்தான். தவறாக எதாவது பதில் சொல்லி மாட்டிக்கொள்ளக் கூடாது.

'தணிகையைத் தப்பி ஓடாதபடி பாத்துக்கன்னு அவன்கிட்டே சொன்னேன். தப்பவிட்டுட்டு என்கிட்டே வந்து ஏதேதோ புளுகினான். தேவடியாமவன். அவன் என்ன சொன்னான் உங்ககிட்டே?'

'கலியனை அடிச்சீங்களா?'

'ஆமாம்! ஆளை விட்டு அடிக்கச் சொன்னேன். ஓடிட்டான். அவனாலேதானய்யா இத்தனை வம்பும். தணிகை வேதமூர்த்திகிட்டே மாட்டிக்கிட்டானோ, இல்லாட்டி வேற யார்கிட்டயாவது மாட்டிக்கிட்டானோ, செத்திருக்கான்.'

அப்பொழுது ஃபோன் ஒலித்தது.

பிரும்மநாயகம் எடுத்தார்.

'என்ன? உங்ககிட்டே இருக்கானா?' அவர் ஆலிவரைப் பார்த்தார்.

'அப்படியா? அவன் சொல்வது பொய். நான் என்ன செய்யணும், விலகிக்கணுமா? அது ஒரு போதும் நடக்காது. நான் கொல்லலே. எனக்குச் சத்தியமா தெரியும். நீங்க கேஸை மூடவேண்டாம். வர்றபடி வரட்டும். நான் பாத்துக்கிறேன்.'

அவர் ஃபோனைக் கோபத்துடன் கீழே வைத்தார்.

'கலியனைப் பிடிச்சு வைக்காம ஏன்யா விட்டே?' என்று சீறி விழுந்தார் பிரும்மநாயகம்.

'ஏன், என்ன ஆச்சுது?'

'அவன் அந்தத் தேவடியா மவன் கதிர்வேலுகிட்டே போயிருக்கான். நான்தான் தணிகையைக் கொன்னேன். கண்ணாலே பாத்தேங்கறானாம். சத்தியமா நான் தணிகையைக் கொல்லலே, சத்தியமா நான் தணிகையைக் கொல்லலே. போதுமா?'

'கதிர்வேலுக்கு அவ்வளவு செல்வாக்கு இருக்குதுங்களா, கேஸை மூட?'

'அவனைத் தூண்டிவிடறது நீங்க சொன்ன அந்த ரெண்டு மந்திரிப் பயல்வுகதான். அவங்களை மந்திரியாக்கினதே நான்தான். பிச்சை போட்ட கையை கடிக்கிறாங்க. நன்றிகெட்ட ஜென்மங்க!'

திடீரென்று எழுந்தான் ஆலிவர்.

'எங்கே புறப்பட்டுட்டே!'

'நான் அப்புறம் விளக்கமா சொல்றேன். கூட வாசுவையும் கூட்டிக்கிட்டுப் போறேன்.'

'வாசு எதுக்கு?'

'ஏன் எதுக்குன்னுல்லாம் கேக்காதீங்க. உங்க நல்லதுக்காகச் சொல்றேன்.'

அவன் அறையை விட்டு வெளியே வந்தான்.

'வாசு, என்னோட வாங்க!'

வாசு பிரும்மநாயகத்தைப் பார்த்தான்.

'புறப்படுங்க சீக்கிரம்.'

பிரும்மநாயகம் பேசாமலிருந்தார்.

போலீஸ் ஜீப்பில் உட்கார்ந்ததும், வாசு கேட்டான்: 'எங்கே போறோம்?'

'நான் வீட்டை விட்டுப் புறப்பட்டு வந்துட்டா, உங்களைக் குடைஞ்சு குடைஞ்சு கேள்வி கேட்பாரேன்னுதான் உங்களைக் கூட்டிக்கிட்டு வந்தேன்.'

'எங்கே போறோம்?'

'கலியன்கிறது யாரு?'

‘பிரும்மநாயகத்தோட தோட்டக்காரன்! ஏன்?’

‘ஆள் எப்படி?’

‘ஆக்ரோஷமான மீசை. ரெண்டு தூணை வச்சு செஞ்ச மாதிரி உடம்பு.’

‘ரெண்டு நாளா அவனைக் காணலியா?’

‘ஊருக்குப் போயிருக்கிறதா சொன்னாங்க! ஏன்?’

ஆலிவர் பதில் கூறாமல் ஜீப்பை ஓட்டிக்கொண்டு சென்றான்.

அவன் போனபோது, கதிர்வேலு அதே கூடை நாற்காலியில் உட்கார்ந்து கொண்டு, ‘தினத்தந்தி’ படித்துக் கொண்டிருந்தான்.

ஆலிவரைக் கண்டதும் நிமிர்ந்து பார்த்தான்.

‘என்னய்யா நாவுடை நம்பி, என்ன உங்களை ஆளையே காணலே? அது யாரு, இன்னொரு தம்பி?’

‘என் சினேகிதன்.’

‘போலீஸ்காரரா?’

‘ஆமாம்.’

‘உள்ளே வாங்க.’

உள்ளே சென்றார்கள்.

‘கேஸ் எப்படிப் போயிட்டிருக்குது?’

‘கலியன் எங்கே?’

‘கலியன்தான். அவர்தான் பிரும்மநாயகம் கொன்னதைக் கண்ணாலே பார்த்தாராமே.’

‘யார் சொன்னாங்க?’

‘அவர் விலகிக்கிட்டா, கேஸை மூடும்படி ஏற்பாடு செய்ய றேன்னு பிரும்மநாயகத்து கிட்டே சொன்னீங்களாமே! எங்களை யெல்லாம் முட்டாளாக்கவா?’

‘பிரும்மநாயகம் விலகிக்கிட்டா அப்புறம் என்ன பிரச்னை?’

'கலியனைக் கூப்பிடுங்க.'

'கலியன் எதுக்கு?'

'சி.எம். கேஸை மூட வேண்டாம்னு சொல்லிட்டாரு. அவருக்கு எல்லாம் தெரிஞ்சு போச்சு.'

'சி.எம்.முக்கா?'

'ஆமாம். நாங்களும் என் சிநேகிதர்களும் அவரைப் போய்ப் பார்த்தோம். தப்பு செய்தவர்களைத் தப்ப வைக்கிறது எங்களுக்கு உடன்பாடில்லே. நீங்க உங்களைக் காப்பாத்திக்கணும்னா, நான் சொல்றபடி கேளுங்க.'

கதிர்வேலு சிறிது நேரம் பேசாமலிருந்தான். பிறகு எழுந்து உள்ளே சென்றான். வாசு சொன்னபடி, ஆக்ரோஷமான மீசையுடன் அதற்கேற்ற ஓர் ஆகிருதியுடன் கூடிய ஓர் ஆளுடன் வந்தான்.

வாசுவைக் கண்டதும் அவன் மிரண்டு நின்றான்.

'கலியன்! உண்மையைச் சொல்லுங்க. என்ன நடந்தது? பிரும்ம நாயகம் கொன்னதைக் கண்ணாலே பாத்தீங்களா?' என்றான் ஆலிவர்.

வாசுவைப் போலீஸ்காரன் என்று கதிர்வேலுவுக்கு அறிமுகப் படுத்தியது அவனுக்குத் தெரிந்திருக்க நியாயமில்லை. பிரும்ம நாயகத்தின் செகரெட்ரி வந்திருக்கிறான் என்பதே அவனை அச்சுறுத்துவதற்குப் போதுமானது.

கலியன் பேசாமலிருந்தான்.

'உண்மையைச் சொல்லேன், போலீஸ்காரரு ஒண்ணும் செய்ய மாட்டாரு!' என்றான் கதிர்வேலு.

'போலீஸா?'

'ஆமாம்.' என்றான் ஆலிவர்.

'தப்பி ஓடாமப் பாத்துக்கன்னுதான் பிரும்மநாயகம் சொன்னாரு. அவர் ஓடப் பார்த்தாரு. அங்கேயிருந்த கழியாலே தட்டினேன். அது இரும்புங்கிறதை நான் கவனிக்கலே. விழுந்துட்டாரு.

அப்புறந்தான் தெரிஞ்சுது அவர் செத்திட்டாருன்னு. இது என் தப்பில்லே. பிரும்மநாயகம் சொன்னதைச் செய்யறப்போ, கொஞ்சம் தவறிப் போச்சு. அவ்வளவுதான். பிரும்மநாயகந்தான் கொன்னாரு. பிரும்மநாயகந்தான் கொன்னாரு.'

'தணிகையோட வீட்டிலேர்ந்து அவர் பாடியை எடுத்து அவர் தோட்டத்திலே கொண்டு போட்டது யாரு?'

'நான்தான், வேறு என்ன செய்யறது சொல்லுங்க. கோழைப் பய முருகையன் ஓடிட்டான்.'

'சி.எம்.முக்கு ஃபோன் செய்யணும். ஃபோன் எங்கே இருக்குது?' என்று கேட்டான் ஆலிவர்.

'என்ன சொல்லப் போறீங்க?'

'நடந்ததை அப்படியே! உங்களுக்கு ஒரு ஆபத்துமில்லே.'

'எனக்கு?' என்றான் கலியன்.

'உங்களையும் விட்டுடுவாங்க.'

ஆலிவர், கதிர்வேலு குறிப்பிட்ட அறைக்குள் சென்று போலீசுக்குப் ஃபோன் செய்தான்.

13

பிரும்மநாயகத்தின் சுயசரிதையை எழுதச் சென்ற வாசு, அவர் வாழ்க்கை வரலாறை எழுதி முடித்தான்.

அவன் ஆலிவருக்கு ஃபோன் செய்தான்.

'நான் தலைவரோட கதையை எழுதி முடிச் சாச்சு.'

'என்ன செய்யப்போறீங்க அதை?'

'ஏன்? பிரசுரத்துக்கு அனுப்பப்போறேன்.'

'போடுவாங்களா?'

'டாபிகல்! ஏன் போடமாட்டாங்க?'

'இன்னி பேப்பர் பாக்கலியா?'

'இல்லே, என்ன விஷயம்?'

'போதுமான சாட்சியில்லேன்னு பிரும்மநாய கத்தை விட்டுட்டாங்க. கட்சித் தொண்டர்கள் ஆயிரக்கணக்கிலே தெருத் தெருவா ஊர் வலம். 'சத்தியம் வென்றது' என்று பலத்த கோஷங்கள் வேறே!'

'மை காட்!'

'அடுத்த சி.எம். அவர்தான்னு பேசிக்கிறாங்க. உங்க சத்தியத்துக்கு இதுதான் சோதனை!

'சத்தியத்திலே என் சத்தியம், உன் சத்தியம்னு வெவ்வேறே இருக்குதா?'

'இருக்குது. இதுதான் அரசியல்லே அரிச்சுவடிப் பாடம். நான் சொல்லறதைக் கேளுங்க. எழுதறதை விட்டுட்டு பொழைக் கிறதுக்கு வழியைப் பாருங்க!'

'என்ன வழி?'

'அரசியல்லே சேர்ந்துடுங்க!' என்று கூறிவிட்டு ஆலிவர் உரக்கச் சிரித்தான்.

www.ingramcontent.com/pod-product-compliance
Lightning Source LLC
Chambersburg PA
CBHW030256070526
44654CB00045B/1047
* 9 7 8 8 1 8 3 6 8 1 6 2 9 *